அம்மாவின் அடுக்களைப் பல்லி

சத்யா மருதாணி

படைப்பு பதிப்பகம்
#8, மதுரை வீரன் நகர்
கூத்தப்பாக்கம்
கடலூர் - தமிழ்நாடு
607 002
94893 75575

நூல் பெயர்	: அம்மாவின் அடுக்களைப் பல்லி (கவிதை)
ஆசிரியர்	: சத்யா மருதாணி
பதிப்பு	: முதற்பதிப்பு - 2021
பக்கங்கள்	: 106
வடிவமைப்பு	: முகம்மது புலவர் மீரான்
அட்டைப்படம்	: படைப்பு டிசைன் டீம்
வெளியீட்டகம்	: இலக்கிய படைப்பு குழுமம்
அச்சிடல்	: படைப்பு பிரைவேட் லிமிடட், சென்னை
வெளியீடு	: படைப்பு பதிப்பகம்
பதிப்பாளர்	: ஜின்னா அஸ்மி
விலை	: ரூ 120

Title	: Ammavin Adukkalai Palli (Poems)
Author	: Sathya Maruthani
Edition	: First Edition - 2021
Pages	: 106
Printed by	: Padaippu Private Limited, Chennai
Publishing Agency	: Ilakkiya Padaippu Kuzhumam
Published by	: Padaippu Pathippagam
Website	: www.padaippu.com
E-mail	: admin@padaippu.com
ISBN	: 978-93-90913-35-0
Price	: ₹ 120

பதிப்புரை

ஜின்னா அஸ்மி, பதிப்பாளர்.

இருண்மைக்குள் ஒளிப்பூக்கும் அதிசயம் அம்மாவின் அடுப்படியில்தான் நிகழும். அன்பின் அனல் அதிகமாக அடித்துக் கொண்டிருக்கும் இடமும் அதுவே. எதிலும் காரத்தை ஏற்றியதே இல்லை பதார்த்தத்திலும் எதார்த்தத்திலும். எல்லோருக்கும் எதிரே இருப்பதுபோல தெரிந்தாலும் யாராலும் கண்டுபிடிக்க முடியாது அம்மாவின் முந்தானைக்குள் குழந்தைகள் ஒளிந்து கொள்வதை. சமைப்பதில் இருக்கும் அலுப்புகளை எல்லாம் பரிமாறும் வேளையில் பட்டாம்பூச்சியாக்கி விடுவாள் அம்மா. அவள், கடைசியாகத் தூங்கும் நிலா, முதலில் எழும் சூரியன். அப்படிப்பட்ட எதார்த்த வாழ்வின் பாதித்த தருணங்களின் காட்சிகளை எல்லாம் ஒன்றுதிரட்டி ஞாபகங்களின் நீட்சிகளாக உருமாற்றி உருவாக்கப்பட்டிருப்பதே 'அம்மாவின் அடுக்களைப் பல்லி' நூல். இதில் உள்ள ஒவ்வொரு கவிதையும் ஏதோ ஒரு வகையில் வாசிப்பவர் எல்லோருக்கும் தங்கள் வாழ்வில் கடந்து சென்ற நிகழ்வாக இருப்பது போல ஒரு பிரம்மையை ஏற்படுத்தி விட்டுப் போவதே இத்தொகுப்பின் பலம்.

சத்யமங்கலம் எனும் ஊரைப் பிறப்பிடமாகவும், கோயம்புத்தூரை வசிப்பிடமாகவும் கொண்ட படைப்பாளி 'சத்யா மருதாணி' அவர்களுக்கு இது முதல் தொகுப்பு. இன்றை இணைய ஊடங்களில் தனது இலக்கியம் மற்றும் சமூக பங்களிப்பால் நன்கு அறியப்பட்டவர். படைப்பு குழுமத்தால் வழங்கப்படும் மாதாந்திர சிறந்த படைப்பாளி என்ற தனித்துவமான அங்கீகாரத்தையும், தமிழ்நாடு முற்போக்கு கலை இலக்கிய மேடை வழங்கும் வளரும் படைப்பாளருக்கான தஞ்சை பிரகாஷ் நினைவு விருதையும் பெற்றவர் இவர் என்பதும் குறிப்பிடத்தக்கது.

அம்மாவின் அடுக்களைப் பல்லி
சத்யா மருதாணி

எமது படைப்பு பதிப்பகத்தின் மூலமாகத் தனது கவிதைத் தொகுப்பை வெளியிட முன்வந்த படைப்பாளி சத்யா மருதாணி அவர்களுக்கும், வாழ்த்துரை வழங்கிய கவிஞர் இந்திரன் அவர்களுக்கும், அணிந்துரை வழங்கிய கவிஞர் பாடலாசிரியர் பழநிபாரதி அவர்களுக்கும், மதிப்புரை வழங்கிய திரைப்பட இயக்குனர் விஜய் எம்.குமார் அவர்களுக்கும், அட்டைப்பட வடிவமைப்பில் இத்தொகுப்பை அலங்கரித்த படைப்பு டிசைன் குழுவுக்கும், நூல் உள் கட்டமைப்பை வடிவமைத்த முகம்மது புலவர் மீரான் அவர்களுக்கும் மற்றும் இந்நூல் வெளிவர உதவிய அனைவருக்கும் படைப்புக் குழுமம் தனது நன்றியைத் தெரிவித்துக் கொள்கிறது.

வளர்வோம்...! வளர்ப்போம்..!!
படைப்பு குழுமம்

எனது படைப்புகள் வெளிவரக் காரணமாய் இருந்த எழுத்தாளர்கள் மற்றும் பத்திரிகைகளுக்கு எனது **நன்றி**.

படைப்பு 'தகவு' மின்னிதழ்
படைப்பு 'கல்வெட்டு' மின்னிதழ்
'கொலுசு' மின்னிதழ்
'கதவு' மின்னிதழ்
'வீரத்தலைமுறை' மாதஇதழ்
'நீலநிலா' பத்திரிகை

இருபதாம் நூற்றாண்டுத் தமிழ்ப் பெண்கவிஞர்கள்
- முனைவர் சுந்தரமுருகன்

உள்ளங்கையில் ஐம்பது வானம்
- ஆண்டாள் பிரியதர்ஷினி

வாழ்த்துரை

மொழியின் கடலில் அநாயசமாய் நீந்தும் ஒரு தங்க மீன்தான் சத்யா மருதாணி. தனது முதல் கவிதைத் தொகுதியின் மூலம் தமிழ்க் கவிதைக் கடலில் சுறாமீன்களோடு நீந்தத் தொடங்குகிறார். நாலுவரிக் கவிதையானாலும், நாற்பது வரிக் கவிதையானாலும் இவரது ஒவ்வொரு கவிதையும் ஒரு உலகம். கொங்கு நாட்டின் பேச்சுத் தமிழில் இவரது கவிதைகள் நதியின் நீர்போல் சலசலத்துப் பாய்கின்றன. இலக்கிய வழக்கில் இவர் எழுதும்போது எளிய தமிழில் வாழ்க்கையைச் சிற்பமாய்ச் செதுக்குகிறார். இனியும் தமிழ் வளர்ந்து செழிக்கும் என்பதற்கு சத்யா மருதாணி போன்ற இளைய சக்திகளே சாட்சி.

இந்திரன் ராஜேந்திரன்
எழுத்தாளர்
கலை இலக்கிய விமர்சகர்

அணிந்துரை

ஒரு ரப்பர்பல்லியும் உயிரியல் மாணவியும்...

உனக்கு இந்த இழவுக்கு என்னடி அவசரம் எனப் பருவத்திற்கு வந்த மகளைப் பார்த்துத் தாய் வீசிய கேள்வியில்,"அசுத்தங்கள் மட்டும் எரிக்கப்படவில்லை. மொட்டுகளும் மலர்களும்கூட கருகிப் போயின" என 'அம்மா ஒரு கொலை செய்தாள்' சிறுகதையில் எழுதியிருந்தார் அம்பை.

"அவள் கருவறை மணத்தை
அள்ளி அள்ளி என்
வீடெங்கும் தெளித்து
சுருண்டு படுத்துத் தூங்கிப்போக வேண்டும்"

என்று தன் தாயின் 'கருவறை வாசனை' யைக் கவிதையாக முகர்ந்தார் கவிஞர் கனிமொழி கருணாநிதி.

"அநேகமாய் இவ்வுலகில் இறந்த முதல் பட்டாம்பூச்சி
நிராசைகளின் ஆதித்தாயாக இருக்கக்கூடும்"
என்று வருந்தினார் கவிஞர் தேன்மொழி தாஸ்.

இவர்களின் தொடர்ச்சியான உணர்வுப்பின்னல்கள்தாம் சத்யா மருதாணியின் 'அம்மாவின் அடுக்களைப் பல்லி.'

சத்யா மருதாணிக்குத் தமிழ், தாய்மொழி இல்லை. இடம்பெயர்ந்த வாழ்வில் கல்விக்கூடத்தின் வாயிலாகக் கற்ற தமிழ், அவரைக் கவிதைவரை கூட்டி வந்திருக்கிறது.

மருதாணியின் பச்சைக்குள் ஒளிந்திருக்கிற சிவப்பைப்போல பெண்மைக்குள் நிறைந்திருக்கிற தாய்மையின் பேரன்பையே சத்யா மருதாணியின் கவிதைகள் வேறு வேறு வார்த்தைகளில் - வெவ்வேறு வரிகளில் வெளிப்படுத்துகின்றன.

அந்த அன்பைச் சிதைக்கும் ஆதிக்க சக்திகளுக்கு எதிராகக் கண்சிவந்த காளியின் நாக்கால் அவற்றைச் சபிக்கின்றன.

"எனக்கொரு சந்தேகம் சாமியும் பொம்பளதான
அவளுக்கெல்லாம் வயிறு நோவாதா?
அப்ப அவளையும் தள்ளிவச்சுதானயாகணும்,
தினத்துக்கும் அபிசேகம்முனு குளிக்கிறாளே"

என்கிற வரி
தீபமாக அல்ல;
தீப்பந்தமாக காற்றில் சுழன்று சுழன்று எரிகிறது.

'சுயத்தின் அடுப்பு'
என்றொரு கவிதை.

இந்தத் தலைப்பே - தன்னைத்தானே ஏற்றிவைத்துக் கொள்கிற தன்னம்பிக்கையின் சுடராக ஒளிவிடுகிறது.

இந்தக் கவிதையின் நாயகி மல்லிகா, தள்ளுவண்டியில் டிபன்கடை நடத்துகிறவள். தனது பசியாற்றத்தான் இந்தத் தொழில் என்றாலும் அவளிடம் தளும்பி வழிகிற தாய்மையின் அறம் அவளைக் கொண்டாட வைக்கிறது.

கண்களாலேயே சாப்பிடுகிறவரின் பசியறிந்து இன்னுமொரு இட்லி வைக்கிறாள்;

ஆஃப் பாயில் முட்டை ஊற்றிய வாசம் வராமல் அய்யருக்கு ஊத்தாப்பம் ஊற்றுகிறாள்;

குடல் வெந்த அல்சர்காரனுக்குச் சின்ன வெங்காய தோசை சுடுகிறாள்;

நேரமாகுது கடையைச்சாத்து என்று வருகிற போலிஸ்காரருக்கு வெங்காயச் சட்னியோடு மசால் ரோஸ்ட் தந்து வாயடைக்கிறாள்;

ஊதுபத்தி விற்கும் பார்வையற்றவரிடம் ‘ சாம்பார் சூடா இருக்கு, மொளகா பாத்துச் சாப்பிடு கண்ணு’ என்று கரிசனம் காட்டுகிறாள்.

மாசக்கடைசியில் காசில்லாமல் சாப்பிட வருகிறவரை - ‘சாப்டு... சாப்டு. பரவாயில்லை சாப்பிடுய்யா’ என்று பாசம் காட்டுகிறாள்.

வள்ளலாரின் அணையாத அடுப்பின் வெளிச்சத்தில் அவளை உள்ளார உணர்கிறேன்.

அன்னபூரணியாக அவள் அழகொளி வீசுகிறாள்

கவிதை சோறு கொடுக்காது, ஆனால் பசித்தவனுக்குச் சோறு கொடுக்க வேண்டும் என்ற மனிதாபிமானத்தைக் கவிதை கொடுக்கும்” என்று கவிக்கோ அப்துல் ரகுமான் எழுதியிருப்பார்.

சத்யா மருதாணியின் கவிதைகள் அந்த மனிதாபிமானத்தைத்தான் முன்வைத்து முறையிடுகின்றன.

பெண் - பல்லிக்கும் கரப்பான் பூச்சிக்கும் பயந்தவளல்ல. அப்படிப் புனையப்பட்டவள் அல்லது அப்படி ஆக்கப்பட்டவள்.

அவளைக் கொற்றவையாகக் காண முடியாத ஆண்புத்தியின் கண்மூடித்தனம் அது.

அம்மாவின் பல்லியைப் பற்றிய கவிதையில் , வெஞ்சினத்தை உள்ளடக்கி, அதே புனைவில், அழகிய மொழியில்-

“திருமணமான புதிதில்
பயமுறுத்திக் கட்டிப்பிடித்துக்கொள்ள
ரப்பர் பல்லியைத் தூக்கிப்போட்ட கணவருக்குத் தெரியாது
மனைவி உயிரியல் மாணவியென”

என்று சத்யா மருதாணி எழுதியிருக்கும் வரிகள் அற்புதமானவை.

பெண்மையின் நான்கு குணங்களாகப் புகுத்தப்பட்டிருக்கும் அச்சம், மடம், நாணம், பயிர்ப்பு- இவற்றில் மடம் என்பது அறிந்திருந்தாலும் அறியாமலிருக்க வேண்டும் என வற்புறுத்துகிறது.

அதை வேரோடு சாய்த்து, பெண்மையின் புதிய நிலத்தில் புதிய தடங்களைப் பதிக்கின்றன சத்யா மருதாணியின் சொற்கள்.

பேரினவாதத்தின் திமிர்த் 'தீ' பொசுக்கியது தொல் குடிகளையும் அவர்தம் பெருவனங்களையும்"அபயம் தேடி அலையும் இந்தக் காலத்தின் அவலக் குரல் இது. சத்யாவின் வரி சாம்பல் படர்ந்த வாழ்வின் காட்சிகளை நம் கண் முன் நிறுத்துகிறது.

உயிர்களையும் நிலங்களையும் பெண்ணால்தான் எப்போதும் உயிர்ப்புடன் வைத்திருக்க முடியும்.

அந்த ஈரம் இவரது கவிதைகளில் மழைபோல பொழிந்து கொண்டிருக்கிறது.

என்றென்றும் அன்புடன்

கவிஞர் மற்றும் பாடலாசிரியர்
பழநி பாரதி
போரூர் சென்னை.600116

மதிப்புரை

ஒரு முயல்குட்டியின் உருவத்தில் பன்றியின் மூக்கும் நாய்க்குட்டியின் உடம்பில் பெரியவாலுமாக விளையாட்டுக் காண்பித்தது நீண்ட நேரம் வானத்தையே உற்றுப் பார்த்த குழந்தைக்கு மேகம்”

காற்றாடியும் ஊர்சுற்றிப்
பார்க்க ஆசைப்படுகிறது
குட்டி செல்லம்மாக்களுடன்”

இரவின் குளிருக்குப் போர்வையாய் வந்தது
போதும் பிறையே சட்டென போய் விட்டு
அந்த மஞ்சள்காரனையனுப்பு
அந்தச் சாளரக் குருவிகளின் விதைகள் துளிர்விட
வெகுநேரமாய் காத்திருக்கின்றன..”

இவ்வாறு குட்டிக் குட்டி கவிதைகளில் மனதை ஈர்த்தவர் கவிஞர் சத்யா மருதாணி

அம்மாவின் அடுக்களைப் பல்லி கவிதை தொகுப்பில் இழந்த வாழ்க்கையை நினைவுக்கொட்டாரமாக வருடுபவர். சட்டென ரௌத்திரம் பூண்டு பெரியாரின்பேத்தியாகவும் மாறுபவள். தற்போதுதான் இந்த அம்மாவின் அடுக்களைப் பல்லி கவிதைகள் தொகுப்பை வெளியிடுகிறார். நீண்டநாட்களாக தொகுப்பை போடும் முயற்சியில் இது அவரின் கன்னிமுயற்சி.

2017ல் தான் கவிதை எழுத ஆரம்பித்தார் என்பதை நம்புவது கடினம்.

நிறைய நிறைய வாசிக்க வேண்டும். வாசிப்பின் நீள அகலங்கள் ஆழமாகும் போது இன்னமும் பல காத்திரமான படைப்புகளை இவர் தருவார் என்பதற்கு இத்தொகுப்பில் பல கவிதைகள் சாட்சியம் கூறுபவை.

வட்டார வழக்கையும் விட்டு வைக்காமல் “விசம் நுரைக்கும் கோப்பைகள்” போன்ற கவிதைகளையும் வெளுப்பதில் இவர் ஒரு ஆச்சியாக, அம்மிணியாக, மாமியாக, சென்னைவாசியாக வெளுத்து வாங்குபவர்.

ஒரு பிறந்தநாள் வாழ்த்தில் தொடங்கிய நட்பான இந்தத் தங்கை கவிஞராக பரிணமித்திருப்பது கூடுதல் மகிழ்ச்சியளிக்கிறது. மடைதிறந்த வெள்ளம்போல கொட்டுவதைக் குறைத்துக்கொண்டு அணைகட்டி பாசனத்திற்கு நீரைப் பயன்படுத்துவது போலக் கவிதைகளை கையாளும்போது உங்கள் கவிதை வயல் செழிக்கும். அது போலவே வட்டார வழக்கில் இவர் எழுதும் குட்டிக் குட்டிக் கதைகளுக்கும் கவிதைகளுக்கும் பெரிய ரசிகன் நான். அதையும் தனித்தொகுப்பாக கொண்டுவாங்க தங்ஸ். குறிப்பாக மல்லிகாடீச்சரின் “தொரட்டியடி” கதையை வைத்து காஞ்சனா 5வது பாகம் எடுக்கலாம்.

உன் குட்டிக் குட்டிக் கவிதைகள் போல... பளிச்செனெ இருக்கும் உன் புன்னகையைப் போல... ஒரு பூவிற்கும்.. ஆட்டுகுட்டிக்கும் காட்டும் கருணையைப்போல.. கனவுகள் மின்னும் கண்கள் போல... இன்னும் எப்போதும் சிறக்கட்டும் உங்கள் வாழ்வு !

எப்போதும் மகிழ்ந்திரு தங்ஸ் ! இனி உங்கள் நேரம்..
உங்கள் வாழ்வு... வாழ்க அன்புத்தங்கையே !

விஜய் எம்.குமார்,
திரைப்பட இயக்குனர்
கோவை.

என்னுரை

சத்தியமங்கலத்தில் பிறந்து திருமணம் ஆகி கோவைக்கு வந்த சத்யா என்ற நான் இப்போதும் ஒரு வெகுளிப்பெண்ணாகவே வாழ்ந்து வருகிறேன். எனக்கே எனக்கென்று நான்கு சுவர்களில் சிறுவயது குறும்பின் நினைவுகளை வரிகளாக்குவேன்.

எழுதவோ, படிக்கவோ உந்துதல் இல்லாத களத்தில் 2017 ஆம் ஆண்டு ஏனோதானோவென்று கிறுக்கி முகநூல் கவிதை குழுவொன்றில் சத்யா மருதாணி என்ற புனைப்பெயரில்முதல் முறையாக எழுதிய கவிதைக்குப் பரிசு கிடைத்தது. அது இன்னும் நிறைய எழுத வைத்தது.

நிறைய வாசி, நிறைய எழுது என்று என் ஒவ்வொரு கவிதை வரிகளையும் சிலாகித்து ரசித்து ஊக்கம் கொடுத்தது எனது பால்ய கால நண்பர் S.K.ரவி,

முகநூல் நண்பர்களான கவிஞர் மகிதமிழ், தமிழன்னை தமிழ் சங்க நிறுவனர் கவிஞர்.கருங்கல் கி. கண்ணன், கவிஞர் ராஜேஷ் ஈரோடு, கவிஞர் கோ.ஸ்ரீதரன், கவிஞர் பெண் சிங்கம் சாயிரா, கவிஞர் சந்திரா குமார், இயக்குனர் முத்துசாமி, கவிஞர் கார்த்தி P.S, புஸ்பிதா தில்பர் போன்றவர்களே.

அதில் மேலும் முக்கியமான நபரான என்னுடன் பிறக்காத அண்ணன் இயக்குனர் விஜய் எம் குமார் கொடுத்த ஊக்கம் மிகபெரியது.

புத்தகங்களை நிறைய அறிமுகப்படுத்தி நீங்க எழுதுங்க தங்சு என்று நான் எழுதும் ஒவ்வொரு வரியின் முதல் வாசகனாயும் இருந்து

இப்போது கவிதை தொகுப்பாய் வெளிவர தன்னம்பிக்கை கொடுத்து எனது எழுத்துகளுக்கு ஒளியேற்றியவர்.

கும்பகோணத்தைச் சேர்ந்த எனது தோழன் புருசோத்தமன் தோளை தட்டிக் கொடுத்ததுபோல புத்தகம் வெளிவர தினமும் வழியுறுத்திக்கொண்டே இருப்பார்.

எனது நெருங்கிய சினேகிதியான கவிஞர் சித்ரா தமிழினியும் "உங்களால் முடியும் நீங்கள் எழுதுங்கள் அம்மூ" என்ற அன்பின் அதிகாரமும் என்னை எழுத இயக்கியது.

வசனகர்த்தாவும் இயக்குனருமான கவிஞர் பிருந்தா சாரதி அவர்களும் இது உங்கள் படைப்பு எதைப்பற்றியும் கவலைப்படாமல் எழுதுங்கள் ஊக்கமளித்தார்.

முகநூல் கவிதைக் குழுக்களில் நான் எழுதிய கவியோடை கவிதை குழுவின் நிறுவனர் விக்ரம் வைத்யா மற்றும் நண்பர்கள் வீரசோழன்.க.சோ. திருமாவளவன், தில்லை திவாகர், கவிஞர் அம்பிகா குமரன், ஸ்ரீ துர்கா, என் வாசகி வித்யா பிரபா போன்றவர்கள் என் எழுத்துக்களை மேலும் மெருகேற்றக் காரணமாய் இருந்தனர்.

குறிப்பாக எனது வீட்டில் எனது மாமியாரான சிவம்மாள் அம்மா மற்றும் கணவர் காமராஜ் அவர்கள் நிறைய கவிதைபோட்டிகளில் கலந்துகொள் என தைரியம் அளித்து எனக்கான நேரத்தை ஒதுக்கினார்கள்

மேலும் குடும்ப உறுப்பினர்களில் தங்கைகள் அம்சவேனி, நீலா, பிரியா புஷ்பராஜ், பிரித்தா, உஷா இளங்கோ போன்றோரும் பெரியப்பா நாகராஜ், பெரியம்மா ஜெயந்தி, சித்திகள் வசந்தி கிருஷ்ணமூர்த்தி, கார்த்திகாயனி, பாலு சித்தப்பா, அண்ணா பாரத், தம்பிகள் பிரவின், சங்கர், தியாகராஜன் மற்றும் எனது தோழி ராஜாத்தி போன்றோரின் உற்சாகமான பேச்சும் என்னை எழுதத்தூண்டியது.

எனது மகள் ஸ்ரீநிதா தனது அம்மா ஒரு கவிதைத் தொகுப்பு வெளியிட வேண்டும் என்ற ஆவலில் எப்போது புத்தகம் வெளிவரும் என கேட்டுக்கொண்டே இருப்பார். எனக்காக கவிதை எழுதும் நேரங்களில் என் வீட்டுக் குழந்தைகளான கார்த்திகேயன், யஷ்வந்த், ஸ்வேதா தொந்தரவு செய்யாமல் சக நண்பர்களிடம் எனது அம்மா ஒரு கவிஞர் என்றே மொழிந்தனர்.

இந்த நேர்மறையான பேச்சு ஒன்றே மேலும் எழுத முத்தாய்ப்பாக மாற்றியது.

திருமண பத்திரிகை போன்றே நீண்ட பேர்களை குறிப்பிட்டு இருந்தாலும் என்னை வளர்த்து விட்டவர்களை மறக்கக்கூடாது என்ற ஒன்று மட்டுமே.

கவிதைத் தொகுப்பு வெளியிடக் காரணமாக இருந்த படைப்பு குழுவில் தொடர்ந்து கவிதைகள் எழுதுவேன். அதற்காக மாதந்திர படைப்பாளி விருது வழங்கி 2019ல் கௌரவப் படுத்தினார்கள். குழுவின் நிறுவனர் கவிஞர் முகம்மது அலி ஜின்னா அவர்களுக்கு எனது நன்றி.

மேலும் தமிழ்நாடு முற்போக்கு கலை இலக்கிய மேடையும் எனக்கு வளரும் படைப்பாளர் என தஞ்சை பிரகாஷ் நினைவு வருது வழங்கிப் பெருமைப்படுத்தினார்கள்.

நிலா முற்றம், தமிழன்னை தமிழ் சங்கம், அகம் கூத்துப்பட்டறை சார்பாகவும் பல விருதுகளை வழங்கிச் சிறப்பித்தது.

மருதாணி மிகவும் பிடிக்கும் என்பதால் மருதாணியை கவிதைகளில் அதிகம் பயன்படுத்துவேன் இதைப் படித்து விட்டு உங்கள் பெயருடன் சேர்த்து கொள்ளுங்கள் சகோதரி என அன்போடு புனைப்பெயர் வைத்த இயக்குனர் ஜிடி ரமேஷ்குமார் அவர்களுக்கு எனது நன்றி.

எல்லாவற்றுக்கும் முத்தாய்ப்பாக சிறுவயதில் இருந்தே படிக்கும் ஆர்வத்தை தூண்டும் விதமாக நிறைய எழுத்தாளர்களின் புத்தகங்களை அறிமுகப்படுத்திய என்னைப் பெற்ற தாயான திருமதி பரிமளா நாகப்பன் அம்மா ஒவ்வொரு மேடையிலும் நான் கவிதைகள் வாசிக்கும் காணொளிகளை கண்டு விழி நீர்வழிய நெட்டி முறிப்பார். நீ நன்றாக வரவேண்டும். உனக்கான அங்கிகாரம் வேண்டும் என வாழ்த்துகளை கூறிக்கொண்டே இருப்பார்.

வாழ்த்துரை வழங்கிய எழுத்தாளர் இந்திரன் ராஜேந்திரன் ஐயாவின் பாராட்டும் குணம் அளப்பரியது. அவருக்கு எனது வணக்கத்துக்குரிய நன்றி.

கவிதைத் தொகுப்பு வெளியிடலாம் என்றதும் நான் கேட்டவுடன் உடனே அணிந்துரை எழுதிக்கொடுத்து கவிதைகள் எப்படி எழுத

வேண்டும் தொகுப்பு எப்படி வரவேண்டும் என அறிவுரை வழங்கிய கவிஞர் பழனி பாரதி அண்ணாவிற்கு எனது தாழ்மையான நன்றி.

இரண்டாம் உலகப் போரின் கடைசி குண்டு திரைப்பட இயக்குனர் அதியன் ஆதிரை தோழர் அவர்களுக்கும் நன்றி.

எப்போது பார்த்தாலும் புன்னகையோடு, கட்டிக்கொண்டு வாழ்த்துகள் தெரிவிக்கும் கவிஞர் சக்தி அருளானந்தம் அம்மா நான் கேட்டவுடன் எதுவேண்டுமானாலும் ஓவியமாக வரைந்து தருகிறேன் பயன்படுத்தி கொள்ளுங்கள் என்று அன்போடு கூறினார். அவருக்கும் எனது சிரம்தாழ் நன்றி.

நான் பணிபுரியும் அலுவலகத்தின் உரிமையாளர் என்னுடைய நல்லவைகளில் நனைந்து மகிழும் அண்ணா முகேஷ்ஜெயின் அவர்களுக்கு ஆத்மார்த்தமான நன்றி..

மேலும் முகநூல் நண்பர்கள் அனைவருக்கும் என் மனமார்ந்த நன்றி.

இந்தப் புத்தகம் வரும் வேளையில் எனது அப்பா நாகப்பன் அவர்கள் எங்களோடு இல்லை. இருந்திருந்தால் நல்ல வாசிப்பாளராக அகமகிழ்ந்து வாழ்த்தியிருப்பார். இருந்தாலும் அவரின் ஆசிர்வாதம் நிச்சயமாக கிடைக்கும் என்ற நம்பிக்கையில் இந்த புத்தகத்தை எனது அப்பாவிற்கும்,

என் திருநங்கை தங்கையான அம்சா நாகப்பன் அவர்களுக்கும்,

என்னுடைய வாழ்க்கைக்கு ஒளியேற்றிய புனித ஜான் டி பிரிட்டோ பள்ளிக்கும், பள்ளியாசிரியர்களுக்கும், வாழ்க்கை என்றால் என்ன என்பதை கற்றுக்கொடுத்து உயிர்நீத்த பேரன்பின் பிரம்பான எனது பள்ளியாசிரியை

சகாயமேரி அவர்களுக்கும் சமர்ப்பணம் செய்கிறேன்.

எனது முதல் கவிதை தொகுப்பான ‘அம்மாவின் அடுக்களைப் பல்லி’ புத்தகத்தை வாசகர்கள் படித்து கருத்துகளை தெரிவிக்க வேண்டுமாய் மகிழ்வான அன்புடனும் நன்றியுடனும் கேட்டுக்கொள்கிறேன்..

சத்யா மருதாணி
கோவை.

தொப்புள்கொடியின் ரேகை

விரைவு வண்டியின் சாளரத்தின் வழியே,
தொடர்ந்து வந்துகொண்டே இருந்தது
வழியனுப்பி வைத்த அம்மாவின் முகம்.

●

எல்லாமுமானவள்

அடிவயிறைப் பிடித்து
அழுத போதெல்லாம்

சமையலறை டப்பாவில்
வெந்தயத்தைத் தேடி

சுடும் தண்ணீரோடு
ஓடிவந்த எந்தன் திருநங்கை

தங்கையின் உள்ளங்கை
குவிப்பில்குவிந்து இருந்தது
தாய்மையின் மொழி..

●

சொப்புச் சாமான் அரசியல்

இப்பொழுதெல்லாம் என் பொன்னிக்குட்டி
பாடம் நடத்திக்கொண்டு இருக்கிறாள்,
தான் தெளியும் அரசியலை
நீண்ட கால்களோடும் முட்டைக் கண்களோடும்
நெஞ்சணைத்து தூங்கும் நாய்க்குட்டிக்கு..
எல்லா ஊரும் எங்கள மாதிரி உங்களமாதிரி
எல்லாருக்கும் தானே பொதுவானது புஞ்சி..
பூனைக்குட்டி,
முயல்குட்டி,
யானக்குட்டி,
கிளிக்குட்டி,
மான்குட்டி,
புலிக்குட்டி,
மீனுக்குட்டி
நீ பயந்துக்காதே புஞ்சிப்பாப்பு..
காலைல உனக்கும் எனக்கும் அம்மா பால்
காய்ச்சும் போது என்ன சொன்னாங்க..
மரத்தையெல்லாம் வெட்டிட்டாங்க..

பெட்ரோல் வெல..
கேஸ் வெல எல்லாம் அதிகமாபோச்சு பால்
இனிமே உனக்கு கொஞ்சமாத்தா தருவேன்னு
சொன்னாங்கல்ல..

பக்கத்துத் தோட்டத்துல தென்ன
மரத்தையெல்லா ரோடு போடுறேன்னு வெட்டுனதுல
தெனமு உன்ன வம்புக்கு இழுக்குற அந்த அணில்
குட்டியோட குட்டியெல்லா செத்துப்போச்சுல்ல..

நம்ம பெரிசானதும்
ரெண்டு பேரும் ஒன்னா போய் இங்க் வச்சுட்டு,
மரம், செடி, காக்கா குட்டி, அணிலுகுட்டிய காப்பாத்துற
அக்கா அண்ணாக்கு பட்டன் அமுத்தி ஓட்டு
போடுவோம் சரியா... "ம்ம்ம்" சொல்லு புஞ்சி..

புஞ்சியும் வைத்த கண் வாங்காமல்
பொன்னிக்குட்டியையே பார்த்து கொண்டு உள்ளது....

•

நீர்க்காத தேடல்கள்

பத்துப் பைசாவிற்கு கைநிறைய அள்ளித்தரும்
நெல்லிக்காயில் மணத்தது கட்டில்கடை
பாட்டியின் கைரேகை ருசி இனிப்பாக.

ஓரெண்டு இரண்டு இரெண்டு நாளு
வாய்ப்பாடின் கோவை ஏழாம் வாய்பாடில்
தவறி சபித்து விடுகிறது தொடரும்
ஏழரையாய் பிரம்படிகள்

கனவுகளில் வாழும் பரிமளாக்காவின்
தாவணிகள் மட்டும் அழகழகாய் கிழியாமல்
இருந்தன அவளின் முதிர்ச்சியை நிறைக்காத வண்ணங்களில்...

ரசத்தில் உப்பு அதிகமாகி கன்னத்தில் அரைவாங்கிய
அம்மாவின் ரணத்திற்கு ஆறுதலித்தது, திடுட்டுப்பூனை
மீதம் வைத்த தயிறை அப்பா வழித்துச் சாப்பிட்டது..

கருப்பனுக்கு பிடிக்குமென கிளுவமரத்து
இலைபறித்து போட்டது நினைவுக்கு வந்தது,
இலையில் போட்ட பிரியாணியில்
மிதந்த கறித்துண்டின் சுவையில்

அலாரம் வைக்காமல் முழிக்கும் குயில்களை
கூவச்சொல்லி அடம்பிடித்தது கைபேசி
ஒலிகளில் தொலைந்துபோன அக்கூவல்..

மிதந்து வந்த நீர்க்குமிழிகள் சுவாசத்தை
சுமந்தபடியே வந்தன உடைந்த வாழ்வில்
உடையாத வலிகளை சுமந்தபடி சோப்பின்
நுரை ஓவியங்களாய்

நீர்த்துப்போன கனங்களில் நீர்த்துப்போகாத
தேடல்களுக்காய் நிச்சயமாக நெகிழ்கிறோம்
நழுவாத நல்லதுகளில் நனைய..

●

சின்னுமயிலு

பொன்னிக்குட்டியின் கவிதைப் புத்தகத்தில் ஏதோ
ஓர் எழுத்துக்குப் புள்ளியாகவோ சுழியாகவோ
கொம்பாகவோ ஊறிய எறும்பு கடைசிவரை
வெளியவராமல் வரிகளின் இனிமையில்
மயங்கிக்கிடக்கிறது...

●

ஏக்கம்

கரைந்து கரைந்து
அழுகிறது மழை...
நனைய அடம்பிடித்து அம்மாவிடம் அடிவாங்கிய
குழந்தையை நினைத்தபடி..

●

குட்டியம்மா

தனித்த வேதனையை புரிந்துக்கொண்ட
பொன்னிக்குட்டி ஒற்றை நிலவின்
வெளிச்சத்தை இறுக்கி அணைத்து முத்தம் இட்டது..

●

நெடி(ல்)றிகு

பிழைகளில் சந்திப்பிழைகள் நாங்கள்.
தலையெழுத்தை எழுதியவனின் எழுத்தாணியின்
முனை உடைந்த பாகங்களாய் சிதறிப் போனோம்.

எங்களிடம் மனிதம் அதிகமாகவே மீந்துப்போயுள்ளது.
இரைதாங்கியில்லா இறைவிகளாய் வலம் வருகிறோம்.
கைதட்டலில் ஈர்த்து உயிர்ப்பில்லா சதைபிண்டங்களாய்...

பரம்பொருளின் படைப்பில் மானிடக்குப்பையில்
மக்காத நெகிழிகளாய் அலைந்து திரிகின்றோம்.
அதுகளாய் இருக்கும் உங்களின் பார்வையில்
ஆவணப்படம் எடுக்கமட்டுமா எங்களின் வாழ்க்கை..

சாபங்களை வரமாக்கினாலும் சளைத்தவர்கள் இல்லை நாங்கள்
நெடிலின் வலிமையும் குறிலின் தாய்மையும்
நிறையவுண்டு எங்களிடம்....

அர்த்தநாரீஸ்வராய் அக்னி மேல் நின்றாலும் மனிதம்
பழகுகிறோம் ரௌத்திரம் பழகவில்லை...

எச்சிலாய் துப்பிய உமில்நீரின் ஈரத்தில்
உரமிட்டு வளர்வோம்...
அசுர வளர்ச்சியில் மேகங்களையும் தொட்டு
மழையாய் பொழிவோம்.

குறியறுத்த உதிரிப்பூக்களாய் மணம் வீசுவோம்
மாலைகளாக்க நாராய் ஏனும் உதவிடுங்கள்.
கருவறையில்லா காட்சிப் பொருளானாலும்
உங்களின் குப்பையிலெறிந்த கர்ப்பப் பூக்களை சுமக்கிறோம்...

விடுத்து விடுங்கள் மனதை கூறுபோடும்
கூறில்லா வார்த்தைகளை மொழிந்தே வதைத்திட.
மோகித்து வெட்கமடையுங்கள்
போதி மரமில்லா ஞானம் உள்ள
புத்தம் நாங்கள்....

●

அம்மாவின் அடுக்களைப் பல்லி
சத்யா மருதாணி

பேரன்பின் பிரம்பு

சகாய டீச்சர் வகுப்புக்கு மட்டும் அவங்க மேசைக்கு முன்னாடி போய் உட்கார்ந்து கிடுவோம் நானும் கமலவேணியும்..

சுமாரா நான் வரைஞ்ச செம்பருத்திப் பூவை பார்த்து கண்களை அகலமாக்கி "அழகு" ன்னு முதுகைத் தட்டி சொல்லுவாங்க.

வகுப்பு ஆசிரியரா அவங்களே வராங்கன்னு சொன்னப்ப மனசு தூவானமாச்சு.

வயித்தப்பிடிச்சு குறுகி துவண்டு போனவள

"என்ன செய்ய பொம்பளைகளோட சாபம்"ன்னு
சொல்லி அவங்க வண்டி வச்சு உருட்டிட்டு வந்து வீட்டுல விட்டாங்க..

பத்து நாள் கழிச்சு திரும்பி வந்தப்போ சகாய டீச்சர் தவிர எல்லா டீச்சருங்களும் இருந்தாங்க..

கமலவேணி சொன்னா "டீச்சர்க்கு மேலுக்கு முடியலையாம், ஆசுபத்திரில சேர்த்து இருக்காங்க புள்ள"..

சாயங்காலம் போய் பார்க்கலாமான்னு கேட்டா..

சாயங்காலம் எப்படாவரும்முன்னு காத்திருந்தேன் பாடத்துல கவனம் இல்லாதவளா,

புத்தகத்துல
வெறுமனே கண்ண வச்சவளா

பள்ளிக்கூடம் உட்டதும் ஓடோடிப்போனேன்.

"வீட்டுக்கு கூட்டிப்போய்டான்ங்க"ன்னு..

எதுக்கால வந்த மேரி சொல்ல, சிட்டாப்பறந்தேன்..

சகாய டீச்சர் வெள்ளை சேலை கட்டி அழகாயிருந்தாங்க..

பிள்ளைகள அரவணைச்ச கை அவங்க நெஞ்சில் வச்சிக்கிட்டு இருந்தாங்க..

பக்கத்தில மெழுகுவர்த்தி வெளிச்சத்தில் சிரிச்ச முகமா கண் மூடியிருந்தாங்க..

பிரம்பே எடுக்காத பேரன்பானவருக்கு புத்துநோவாம்..

மனசு ஈரமாக கோணல்மாணலா நான் வரைஞ்ச செம்பருத்தி பூவா வெளியே வந்தேன்
சகாய டீச்சர் உடம்பை மட்டும் விட்டுப்புட்டு..

●

சமத்துவம்

கீழ்சாதிப்பிணத்தை தடுத்த ஊருக்குள் சூழ்ந்து
வந்தது எல்லை தாண்டி எரியும் புகைந்த பிணவாடை..
ஒரேமாதிரிதான் தீக்கிரையானது எல்லா
சாதிப்பிணங்களும் நரம்பு புடைத்தும் கபாலம்
வெடித்தும் கரிக்கட்டைகளாயும்...

●

விழிக்குள் வாசிப்பு

மொழிபெயர்ப்பு நடக்கிறது எந்தன் கனவுகளுக்கு...
எங்கு தேடியும் கிடைக்கவில்லை நான்கு
பக்கமும் பித்தளை பூண்போட்ட அகராதியை.

அதன் பக்கங்கள் ஓரங்கள் பழுப்பேறி மடிந்து
மடிந்து கிடக்கும் என்னைப்போலவே....

யாரோ சொன்னார்கள் நடுபக்கத்தில் இருந்து
அடுத்த பக்கத்தில் நாற்பதாவது வார்த்தை
நீ கனவில் கண்டதென...

நானும் துழாவிப்பார்க்கிறேன் நடுபக்கத்தையே காணோம்...

ஆமாம்..! யாரேனும் கனவில்வந்து பார்த்துவிட்டு
செல்லுங்களேன்

அந்தப் பச்சை நிறக்காட்டில் கருப்பு நிறத்தோடு
நான்கு கொம்புகளோடு அகவியபபடி வாலை
ஆட்டி பயமுறுத்தி மஞ்சளை தின்று
மரத்தைவிட பெரிதாய் இருக்கும் உருவம்
பேசியது என்னவென்று....

●

விடியாத வாக்கு

உங்கள் கனவுகள் மெய்ப்பட எங்களுக்கே
வாக்களியுங்கள்.
மேடையில் கூப்பாடு போட்டார்
அரசியல்வாதி.
உறக்கமற்ற சிவப்புவிளக்குகளின்
தெருவில்..

●

தாயானவர்

ஈ.ருயிராய் வளைகாப்பு முடித்து தாய்வீடு
சென்றதும் பார்க்க வந்த மாமியாரின்
பைநிறைய சிறுவாணி வழிந்தது..

"மருமவளுக்கு சிறுவாணி தண்ணி
புடிக்குமின்னு கொண்டாதேன்" என்பதில்
சுமந்த களைப்பின் வியர்வையை மீறி
எத்தனை பெரிய பேரன்பின்
தாய் ஒளிந்திருக்கிறார்.

●

வேர்த்திரள்

கடினத்தோடே மண்ணைத் துளைத்துப் போகையில்
மௌனமாய் பேசிக் கொள்கின்றன வேர்கள்.
நம்மைச் சுற்றியும் நெளியும் மண்புழுக்களின்
வாசங்களை முகர்ந்தபடியே செல்வதில் பேரன்பு நமக்கு...

இப்பொழுதெல்லாம் விசமான கந்தக நெடிகளிலேயே கழிக்கின்றோம்...
மிகுதியான சுவாசக் கோளாறில் தவித்துப்போய்
நின்ற நமக்கு கடன் கொடுத்து உதவியது
பனைமரப் பாட்டித்தான்..ஆமாம்...! எவ்வளவு ஆழத்தில் இருந்து

மூச்சையையும் தண்ணீரையும் தருவித்து கொடுக்கிறாள்..
எங்களின் அழுகைக்கு மனமிறங்கா மானிடப்பதர்கள்...
எப்படிக்கேட்கும் மனிசிகளின் யோனியை
குதறினாலே

தட்டிக்கேட்காத தண்டிக்காத நாட்டில் பிறந்துவிட்டு
சாதாரண மரங்களை சிதைத்தாலா தண்டிப்பார்கள்..
நம்மைத் துண்டாய் வெட்டி தண்டிக்கத்தான் வேண்டும்..
மனுசர்களின் சுயநலத்தை கண்ட பின்பும்
நன்றியை கொஞ்சமும் மறக்காமல்

என்றோ ஒருநாள் ஊற்றிய ஈரத்தைப் பருகியதற்காய்
இன்றளவும் தொடர்ந்து வாழ்கின்றோமே இவர்களினூடே....
எங்களை கண்டந்துண்டமாய் வெட்டியே வீழ்த்திடுங்கள்...
மானிடப்பதர்களின் கூட்டத்தில் மரணவிளிம்பில் எங்களை
கொஞ்சம் ஆசுவாசப் படுத்திக் கொள்கிறோம்..
பலகீனமடைந்து மாரடைப்பும் வந்துவிட்டது...
வாழவிடுங்களேன் இப்பிரபஞ்சம் எங்களுக்கும் கூடத்தான்....

•

பத்து தல ராவணச்சி

விடுவிக்கப்பட்ட பின்னரே பட்டாம்பூச்சிகளுக்கு
இறகுகள் முளைக்கின்றன.
தகிக்கும் கூடுகளில் கருகிய இளம்
வார்ப்புகளாய், மௌனங்களை பேசியவைகள்
கனன்ற கீற்றின் வழியே நடத்திய பரிமாற்றத்தில்
ஏனோ அவை இறுகியபடியே சப்தமிடுகின்றன...

பிடுங்கி எறியப்பட்ட முண்டங்களில் புன்னகையைத்
தொலைத்து காட்சிப்பிழையாய் தெரிகின்றன கதறும்
நினைவகங்களாய்....

வேனில் கூட்டில் இளைப்பாறியவை யாவும்
ஒளிந்துகொண்டன.
அவைகளுக்கு தேவை
முண்டங்கள் மாத்திரமே...

உணர்வு சூல் ரெக்கை முளைத்த மயிருகள் அல்லவே ....
வலியில்லா கோதுமை மாவு தோய்ப்புகளின் பிண்டங்களே...
ஆம்... பிண்டங்களே..

இன்னும் எவ்வளவு சீக்கிரம் முடியுமோ அவ்வளவு
சீக்கிரம் உடைத்து கொள்ளுங்கள் இதோ களம்
உருவாகிறது எங்களுக்கான களம்..
ஆம்..!
விடுவிக்கப்பட்ட பின்னரே பட்டாம்பூச்சிகளுக்கு
இறகுகள் முளைக்கின்றன.

●

சிதறல்கள்

•

வியர்த்து கொட்டியது வானத்திற்கு
மண்ணைத் தழுவத்துடிக்கும் ஆசையில்...

•

மஞ்சள் வெய்யில் நனைந்துகொண்டே
போகிறது நதிக்கரையில் காயவைத்த அந்த
ஒற்றைத்தாவணியை இலகுவாக்கி..

•

இலைமறைகாயாக இருக்கின்றது
குப்பைத்தொட்டியில்
வீணாக்கிய உணவுப்பண்டம்

•

புத்தன் வாங்கும் ஆசையில் பேரம் பேசி
தோற்றுப்போனான் சிக்கனப்பிரியன்...

•

மருத்துவம் படிக்க
கனவில் மட்டுமே நீட்டில் தேர்வானாள்

•

முல்லைக்குத் தேர்க்கொடுத்த பாரிக்கு
யார் தேரில் டபுள்ஸ் கொடுத்தது..?
அந்தப்பாரிக்கே தேரா..!

•

மறைக்கப்பட்ட காதல் கடிதங்கள் அம்பலமாகின
முகநூல் வழியே தொலைந்த காதலின் தேடலை நோக்கி..

•

முற்றியது நெல்மணி மட்டுமல்ல
விவசாயியின் கடனும்

•

திருடக்கூடாது என வகுப்பெடுத்தார் லஞ்சம்
கொடுத்து வேலை வாங்கிய வாத்தியார்...

•

விடியவேயில்லை
பார்வையற்றவருக்கு இரவு மாத்திரம்

*
கைநீட்டி வாக்களித்தவர்கள்
உரக்கச் சொல்லுங்கள் நீங்கள் அடிமைகளென்று...

*
சுவாசங்களை இறுக்கமாகக் கட்டுகிறான்
பலூன் வியாபாரி...

*
பிழைத்துப்
போகட்டும் விட்டுவிடுங்கள் ஓரமாயேனும்
நெளியும் மனிதாபிமானம்...

*

ஞாபகப் பதுக்கல்

முன்தினநாள் செய்த தக்காளி குருமாவின் வாசமும்
வெய்யிலின் வாசமும் சேர்ந்த அம்மாவின்
முந்தானை குடை இப்பொழுதெல்லாம் வாய்ப்பதேயில்லை...
ஆற்றாமை மொழி நினைவுகளிலிலேயே
ஆற்றுப்படுத்திக் கொள்கிறது..

பழைய சேலைகளை யாருக்கேனும் கொடுக்கும்
போதெல்லாம் அந்த நைந்துப்போன கருப்பு
பருத்திசேலையில் அம்மாவின் கர்ப்பபூவாசமும்,
யாருக்கும் தெரியாமல் ஒளித்துவைத்து பிறந்தநாள்
பரிசாய் கொடுத்த நினைவுகளும் அலமாரியிலேயே
மறுபடியும் தேங்கிப்போகிறது

*

ஆறாத சாதிக்கங்கு

கண்ணுக்குள்ளே நிறஞ்சவளா தெக்காலபோற
ரயிலாட்டம் வளைஞ்சு வளைஞ்சுப்போறதென்ன.

ரோசுகலரு சட்டப்போட்டு நடைக்கொரு கண்ணாடி
பாக்குறவ ஓரக்கண்ணுல ஒய்யாரம்மா என்னையும்தா
பாத்துப்போனா..
குழைஞ்சுப்போன சோத்துருண்டையா
கல்லாட்டம் நின்னவன் மனச கழச்சுத்தா விட்டாளே..

இதைப்போய் நாஞ்சொன்னா கூட்டாளி பயபுள்ளங்க
ஒருத்தனும் நம்பலியே...

இஸ்திரிப்போட்ட மாஞ்சாவா சிக்கலாப்போச்சே...
பறக்குற காத்தாடியா நிக்குறாலே பாவி மக மனசுமுச்சும்...

குளத்தாங்கரையில் குத்தவச்ச நெலாவா
கண்ணால தின்னுப்புட்டுப்போறியே
கருகமணி நானும் தாரேன் கடுகளவும் மறக்கமாட்டேன்...

ஆயுசுக்கும் இருக்கனும்மடி ஆணிவேறும் தழைக்கனுமடி..
ஆத்தாகிட்ட சொல்லப்புட்டேன் அம்புட்டு தான் நாஞ்சொல்லுவேன்...

வெரசா நாபோறேன் வெத்தலப்பாக்கு மாத்தியாச்சு வெவரமா நீயும் கேளு...
இன்னோரு சென்மமுன்னு சொல்லமாட்டேன்...

நீ சிரிச்சுகிட்டே இருக்கோனும்மடி...
பாவி மக என்னை நினைச்சு பாடையில் போயிராதே....

வெளங்காத வெங்காயங்க அந்த சனம்மா
இந்தச்சனமான்னு மசுறாட்டம் பேசுவாங்க....
மசுருக்கெல்லாம் பயப்படல.. என்ன நினச்ச
பாவத்துக்கு உன்னை பரிதவிச்சு

நிக்க வச்சுப்புடுவானுங்க இந்த பாழாப்போன
சாதியவே நான் கட்டிக்கிடுதேன்..
என்னமட்டும் தொடை நடுங்கி தொறட்டிமவன்னு
கோட்டுக்கு கூட நினைச்சுப்புடாதே...

புதைச்சுப்புடு உன்னையும் என்னையும் அரவைமில்லுல
சிக்குன நெல்லாட்டம்மா நம்ம உருகி உருகி நேசிச்ச
நினைப்பையும் ஒன்னா சேர்த்திவச்சு அரச்சுப்புடு புள்ள...

ஆறாத சாதீயக் கொள்ளிக்கட்டைய வெறும்
கரித்துண்டா மாத்த யாராச்சும் வருவாங்களான்னு பாப்போம்...
ஏனுங்க நீங்க யாராச்சும் முச்சூடும்
அவிச்சுப்புட வாரீகளா..!
இந்த ஆறாத சாதியக்கங்கே..!

●

மலர்களின் குரல்

பாதங்களைக் கழுவிக்கொள்ளுமுன்
இவற்றுக்கும் அஞ்சலிசெலுத்திவிடுங்கள்
அந்தச் சவஊர்வலத்தில் ஒரு தீங்கும் செய்யாமல்
உங்களுக்காய் உயிர்துறந்து தூக்கியெறிந்த
பூக்களும் கால்களில் ஒட்டியிருக்கலாம்...

●

மரங்களின் நாற்றம்

பிணவாசனை வீசுகிறது
சவப்பெட்டியின் ஓரங்களில்..!
மாளிகையில் விளைந்த மல்லிகையை
மட்டுமே சூடிக் கொண்டு அந்தப்புரத்தில் உலவிய
பெரும்தாசியின் மயக்கும் வாசனை...

பிணவாசனை வீசுகிறது
சவப்பெட்டியின் ஓரங்களில்..!
போகின்ற போக்கில் பிக்பாக்கெட் அடித்தே
கஞ்சாபுகையில் ஈரல் அழுகிய நடுத்தர வயதுகாரனின்
மூக்கைப்பிடிக்கும் அருவருப்பான வாசனை..

பிணவாசனை வீசுகிறது
சவப்பெட்டியின் ஓரங்களில்..!
மீனைபேரம்பேசி கட்டுப்படியாகாத கடுப்பில்
கவுச்சியாக திட்டும் மீன்கார முனியம்மாவின் கவுச்சு வாசனை...

பிணவாசனை வீசுகிறது
சவப்பெட்டியின் ஓரங்களில்..!
சகமனிதர்களின் மலஜலங்களை கைகளில் அள்ளியே
தோல்புற்று நோவில் சுருங்கிய சுப்பனின்
அழகிய மனதின் வாசனை...

பிணவாசனை வீசுகிறது
சவப்பெட்டியின் ஓரங்களில்..!
வண்ணங்களை குலைத்து யாக்கைக்கூட்டின்
நிர்வாணங்களை கொல்லும் நெசவாளியின் விசாலமான
மார்பில் கிழிந்த ஆடையின் நைந்த வாசனை...

அம்மாவின் அடுக்களைப் பல்லி
சத்யா மருதாணி

பிணவாசனை வீசுகிறது
சவப்பெட்டியின் ஓரங்களில்..!
கருவேலமுள்குத்தி கன்றிப்போனகாலுக்கு கீழே
குனிந்து அளவெடுத்து செருப்பு தைத்த கோடங்கிமகன்
நஞ்சனின் கூடவே ஒட்டியிருக்கும் மாட்டுத்தோல் வாசனை...

பிணவாசனை வீசுகிறது
சவப்பெட்டியில் ஓரங்களில்..!
கடைசியா முகத்தப்பாக்குறவங்க பார்த்துகங்கன்னு
சொல்லும், எரிகிற பிணத்தின் நாற்றத்தில் காசநோயில்
கரைந்துப்போன வெட்டியானின் நுரையீரல் வாசனை..

பிணவாசனை வீசுகிறது
சவப்பெட்டியின் ஓரங்களில்...!
நிழல்தருவாய் ஆயுள்வரை நிலைத்திருந்த பசுமை
மரங்களையழித்த மனிதர்களுக்கு மட்டும் தெரிவதில்லை
மரங்களின் பிணவாசனையும் மரித்த மனிதமும்...

●

கருகும் பிரிவினை

மணக்கும் சாம்பலை தருவித்துவிடுகிறது நெருப்பு..
சாதியில் ஊறிய உடம்பின் துர்நாற்றங்களை தின்று...

●

மாவிளக்கின் வலி

சாயங்காலம் முளைப்பாரி எடுக்க வரவங்க
வெரசா கோயிலுக்கு வந்துருங்கன்னு,
காலையில் திருவிழா காரங்க மைக்ல சொன்னதுல
இருந்து, இந்தவருச எப்படியாவது முளைப்பாரி
எடுத்தேப்புடனுமுன்னு வேண்டிக்கிட்டேன்....

ஆத்தா மகமாயி..! சுத்தபத்தமா போகனுமே காலையில்
இருந்தே அடிவயிறு சுருக்கு சுருக்குன்னு வலி....
ஒருநா பொருக்குமான்னு தெரியல...

எனக்கொரு சந்தேகம் சாமியும் பொம்பளதான,
அவளுக்கெல்லாம் வயிறுநோவாதா...?
அப்ப அவளையும் தள்ளிவச்சுதானயாகனும்...!
தினத்திக்கும் அபிசேகம்ன்னு குளிக்குறாளே..!

சாமியே தள்ளிவைக்காத மனுச சனம்
என்னை மட்டும் ஒதுக்க பார்க்குதே..
என்ன நியாயமிங்குறேன்..

இந்த வருசம் என்னானாலும் சரி...
விளக்குமாவும், முளைப்பாரியும் எடுத்துருவேன்...
"வெரசா போகனும் நா வாரேன்..."

●

புள்ளினங்கால்

வெட்டி வெட்டி வீசுறீங்களே... மரமென்ன மசுராலே
மக்கா நாளே வளர்ந்துப்புட,
ஆருக்கொடுத்த தைரியம்ல,
நாங்க கத்துறது காதுல விழலைய்யா மக்கா..

பஞ்சுவச்ச சுருட்ட பாடையில போறவன் பாதியில
வீசிப்புட, காஞ்சுப்போன கொழுந்து கப்புன்னு பிடுச்சுக்க,
கருகித்தாபோச்சு அறுபது வருசத்து இருவாட்சி மரக்கூட்டோ...

பரம்பரையே அழிச்சுப்புட்டிக பரிதவிச்சு நின்னோம்மே..
குஞ்சும் குலம்முமா கூறாகிப்போனேமே..
காட்டுத்தீயின்னு சொல்லி கணக்கா சொல்லிப்புடுறீங்க..
கணக்கில்லாம நாங்க கண்டமேனிக்கு அழிஞ்சோம்மே
ஒரு மசுராண்டியும் வாயத்திறக்கலையே..

ஊருப்பூரா இரும்பு மரமா நிக்கவச்சு ஊதாக்கதிர
உலாவவிட்டு உல்லாசம்மா இருக்கீங்க.
தொடுத்திரைய்ய தொட்டுத்தொட்டு
தொடாமப்போன உங்க வாழ்க்கையாட்டம் நாங்களும்
தொடாமத்தான் போறோமே
தொலைஞ்சுப்போன எங்க கூட்டத்த....

ஆழத்துளபோட்டு உறிஞ்சி உறிஞ்சி உங்களுக்கே
குண்டிக்கழுவ தண்ணியில்ல, எங்களுக்காலே
வைக்கப்போறிங்க தொண்ட நனைக்கத் தண்ணி..
ஆமா.... தொட்டுத் தொட்டு காட்ட கூகிள
தேடுற சடமாதானே ஆகிப்போனோம் இந்த குருவிக்கூட்டோ.

உங்கவீட்டு செவுத்து ஓரமாவாவது ஒண்டிக்கறோம்
மதிலுமுச்சும் பீயின்னு அதையும் பிச்சு
எறிஞ்சுப்புடாதிய மக்கா..!
எறிஞ்சுப்பூடாதிய..!

●

35 | அம்மாவின் அடுக்களைப் பல்லி

அச்சார பாரம்

வீதிகளில் விழிகள்விரிய பார்க்கிறது கூட்டம்..!
“அய்” தெருக்கூத்துகாரங்க என்றே கைத்தட்டி விசிலடிக்கிறது..
நானும் மேளத்திற்கு தோதாய் காற்றில் அலைகிறேன்

எனது நாவும் அலைகிறது தண்ணீர் தண்ணீரென....
எனைக் கூட்டிவந்த ஒப்பந்தக்காரர் எங்கோ...
அபிநயத்தப்படி தேடுகிறது மனது..
எங்கும் காணோம்..

தூரமாய் யாரோ சாமி ஊர்வலம் வரும்போது
நேர்ந்துக்கொண்டதாய் நீர்மோர் ஊற்றுகிறார்கள்..
வர்ணங்களை குலைத்தே பூசிய அரிதாரத்தில்
ஏசல்கோசலாய் மாட்டிக்கொண்ட பெருத்த கம்மலில்
கீறிப்போனது கன்னக்கதுப்பு..

யார்வீட்டிலோ கேட்டுவாங்கிப்போடும் நாற்காலியில்
அமர்வோமென்றாலும் செல்ஃபி மோகத்தில் வருவோருக்காய்
நாடகமாட வேண்டியுள்ளது நகைப்பதாய்..
கணத்த உடுப்பின் அழுத்தம் உடலெங்கும் உழுத
கரிசல் காடாய் வரிகளாய் ரணத்தை மொழிகின்றன...

வேசம் கலைத்தவுடன் கிடைக்கும்
காசில் வேசம் போட வைத்த வேடதாரி வயிற்றை
வேசம் கலைத்து உறங்க வைக்கவேண்டும்...

ஈரமில்லா தொண்டையை ஈரமித்துகொள்ள
மையீரங்களைக் கரைக்கிறேன்
உப்புக்கரைசலாய் வெளியேறாத மனதிற்குள்ளாகவே...
கால்கள் மட்டும் நடைமாறாமல் கலைசேவகம் செய்கிறது

விடியும் என்ற நம்பிக்கையில் விடியாத
இவ்விரவுக்காய் காத்திருக்கிறேன் நாளை
விடிந்ததும் வாங்கவேண்டிய அச்சார கூலிக்காய்...

●

நினைவுக் கொட்டாரம்

விளையாட்டுச் சாமான்கள்
அலமாரிக்குள் ஓய்வெடுக்க
நீள்செவ்வக சிறைபேசிக்குள்
விரலும் மனமும் தேயத்தேய
மண் தொடாத பிஞ்சுப்பாதங்கள்
மறந்தேவிட்டது வீதிக்கொண்டாட்டங்களை

பம்பரக்கட்டைகளுக்காய் உயிர்விட்ட மரங்களின்
சாபமோ என்னவோ இப்பொழுது சுழலுவதேயில்லை
ஒருவேளை சாட்டைக்கயிற்றில் தற்கொலை செய்துகொண்டவோ..

ராட்டினங்கள் ஏங்கிப்போகின்ற ஒழுகும் சளியை
சட்டையில் துடைத்தபடி குதூகலமாய் ஏறிக்கொள்ளும்
பஞ்சுமிட்டாய் கண்ணம்மாக்களின் தாமதமாகும்
வருகையை நினைத்தபடி

விடிந்ததும் ஆழியோர வளைவிலிருந்து இரைதேடவரும்
நண்டுகள் அலைகளுக்குத் தப்பியபிஞ்சுப் பாதங்களின்
இல்லாத தடங்களை மிக இலகுவான சமதளத்தில்
ஊர்ந்து கடப்பது அவைகளுக்கும் சோர்வையே தருகின்றன

நான்கு நுழைவுவாயில் அமைத்து நாற்பது படிகளைக் கட்டி
கூரையாகக் கிளிஞ்சல்களை அடுக்கி தின்பண்டமாய் வாங்கிய
பொரிகடலையிலும் அலங்காரம் செய்து தன்பெயரைச்சூட்டி
அழகுபார்த்த மணல்வீடுகள் அரித்துப்போயே கிடக்கின்றன

கொட்டாச்சியில் மணல் இட்லிகள் செய்து
ரூபாய்க்கு இரண்டு விற்ற காலம் மலையேறிப்போய் கனவென
விக்கித்து நிற்கின்றன பிஞ்சுகளின் கைவிரலிடை வழுக்கி

குரங்கு பெடல் போட்டு அப்பாவின் சைக்கிளை அடம்பிடித்து
ஓட்டிப்பார்க்கும் பொடிசுகளைத்
தெருக்கள் தொலைத்து நாட்களாகிவிட்டது

அம்மாவின் அடுக்களைப் பல்லி
சத்யா மருதாணி

பம்பாய் மிட்டாயென குழுங்க குழுங்க ஜல்ஜல் சத்தமெழுப்பி
இழுத்து இழுத்து இதயவடிவ நெக்லசும்
சுவிட்சர்லாந்து வாட்சும் செய்துகொடுத்தவனைப்
பார்க்கக் கொடுத்துவைக்காதவர்களின் தித்திப்பு நிமிடங்கள்
இப்போது வீடியோ கேம்களுக்குள்

மோவாயில் கைவைத்தோ
மார் சாய்ந்தோ "உம்" கொட்டிய குரல்களையும்
பயந்த காட்சிக்கு
பொத்திக்கொண்ட காதுகளையும்
காலவெள்ளம் அடித்துப்போக
முதிர்ந்த உறவுகளும்
காப்பகத்தில் தனித்துக் கிடக்க
கதை தொடக்கப்படவேயில்லை இன்னமும்
"ஒரு ஊரில் ஒரு ராஜகுமாரியாம்" என்று..

●

மாரியாத்தா கணக்கு

மேலுக்கு காஞ்சிப்பட்டும், பெருமைக்கு
செட்டு நகையும்... கம்பீரத்தோரணைக்கு
சந்தனமாலையும் சாத்திட்டுப் போறவுக...
கொஞ்சமாச்சும் பஞ்சுவச்ச பாவாடைய
கொடுத்துட்டு போனாத்தா என்ன..
ஞாபகம் இருக்கட்டும் இந்த மாரியாத்தாவுக்கு
வீட்டு தூரம் நிக்க இன்னும் நாளு இருக்குல்லேய்..

●

அம்மாவின் அடுக்களைப் பல்லி
சத்யா மருதாணி

வர்ணம்

சொப்பு வைத்துச் சோறாக்கி இல்லாத பொரியலை
உண்டு கழித்த போது அந்த விளையாட்டில்
நீ அப்பா.. நான் அம்மா..

சொற்பகாசில் தேன் மிட்டாய் வாங்கி கைநிறைய
தின்றபோது
நீ ஆண்எறும்பு.. நான் பெண் எறும்பு..

குறவன் குறத்தி ஆட்டம் ஆடி, அரங்கமே கைத்தட்டியபோது
நீ குறவன் நான் குறத்தி..

மரநடுவிழா விழிப்புணர்வு நாடகத்தில்
நீ கிளி நான் மரக்கிளை

கோனியம்மனின் தேரை ஊரேக்கூடி இழுத்தபோது
முகமூடி போட்டுக்கொண்டு ஊர்சுற்றும் வாண்டுகளாய்
நீ சிவன் நான் பார்வதி..

மழைநாளில் மழையையே
தோற்கடித்து சைக்கிளில் நனையாமல் வீடு சேர்த்தபோது...
நீ காதலன் நான் காதலி...

செருப்புத் தைக்குறநாயி எம்பொன்னுக்கேட்குதா உனக்குன்னு
சவுக்கு தோப்புல கட்டிவச்சு அடிச்சப்போது
நீ சகிப்பு நான் தவிப்பு

ஓடியாந்து நீ எனக்கு
அம்மன் கோவில்ல மஞ்சத்தாலிக்கட்டுனப்போ
நீ புருஷன்.. நான் பொஞ்சாதி

வரட்டுக்கௌரதையில சாதீ வெறிப்புடுச்சு
கழுத்து அறுத்து ஆணவக்கொலை
பண்ணப்ப..
நீயும் நானும் பொணம்...!

ஆக நேசக்கூட்டில் ஒன்னாதா இருக்கோம் கேடுகெட்ட
சாதிக்கு மத்தியில ஒற்றுமையா..
பிரியாத வண்ணம்மா சிவந்த மருதாணியாட்டம்...

●

முளைத்த மிருகம்

அந்தவீட்டு வாசற்படியில் ஏதோவொரு
நான்கு கால் ஜீவனிருந்த அடையாளமாய் சங்கிலியும்,
மீதம் வைத்த சோற்றுடன் ஒரு தட்டும் இருந்ததும்,
பயத்தில் என்னின் கால்கள் தானாய்
பின்னுக்குப்போகவேயில்லை..

போனவாரம் சோப்புக்கட்டி விற்கவந்தயென்னை
சோரம்போகவைத்த அந்த இரண்டுகால்
மிருகத்தைச் சந்திந்த நிமிடங்களிலிருந்து

●

விசம் நுரைக்கும் கோப்பைகள்

(படைப்பு கவிதைப் போட்டியில் சிறப்புப் பரிசு பெற்ற கவிதை)

ராவுல அப்பன் வர்ற நேரமெல்லாம்
ஈரத்துணி பொத்துன கோழியாட்டம் படுத்திருப்போம்

சங்கடைப்பாலுக்கு காசில்லாம குடுத்த கஞ்சித்தண்ணிய
துப்பிட்டு வத்திப்போன ஆத்தா முலைப்பாலை
உறிஞ்சிக்கெடப்பான் அழுதத்தம்பி

நோம்பிநொடினா நெஞ்சு கெடந்து அடிச்சிக்கும்
வேட்டியில்லாம புருசன் குடிச்சிபுட்டு கெடக்கான்னு
சொன்னதும் சிட்டா பறப்பா ஆத்தா, ஆயிரம் தேவிடியா பட்டம்கட்டின
அப்பன் முழுசா அம்மணக்கட்டை ஆகிறதுக்குள்ள...

காதுத்தோடை சதையொடப் பிச்சுகிட்டு போனாலும்
அடிவாங்கத்தெம்பில்லாம
சத்தமில்லாம அழுவா..
நாசமா போற சாராயக்கடைக்கு
சாபம் விட்டு..

அக்காவ விட்டுப்புட்டு ஆத்தா களையெடுக்கப்போக..
போதையேறி புத்திகெட்டு பெத்த மகளையே
மாராப்புத்துணி விலக்கப்போக,

ஓரமாயிருந்த அறுவாமணை கூர்மழுங்கி, காஞ்ச
ரத்தத்தோட சாராயவிசத்தை குடிச்சு, புத்தியே
விசமாகிப்போன அப்பன் தலைக்கு நடுவுல கிடக்கு..
விஷம் ரொம்பிய கோப்பையில வழியிது
அப்பனோட ரத்தமும் எங்களோட கண்ணீரும்.

●

உருவமில்லாப் பொம்மை

ஒரு முயல்குட்டியின் உருவத்தில் பன்றியின்
மூக்கும் நாய்க்குட்டியின் உடம்பில் பெரியவாலுமாக
விளையாட்டு காண்பித்தது மேகம், நீண்ட நேரம்
வானத்தையே உற்றுப் பார்த்த குழந்தைக்கு..

போக்குவரத்து சமிக்ஞை விளக்கு

எங்களுக்கும் கூடவா நிறம் பிரிக்கிறாய்..
அவசர ஊர்தியைபோலவே வழிவிடேன்
ஆவியடங்கி போகிறோம் ஆன்மாவைச் சுமந்தபடி
அப்படி ஏளனப்பார்வைப் பார்க்காதே
நேற்று நான் சொன்னபடி சிவப்பிலே
நின்றிருந்தால் இன்று நீ மஞ்சள்தீயிற்கு
இரையாக போகமாட்டாய் என்பதாய் உள்ளது உனதுபார்வை..
தவறுதான் உன்சொல் பேச்சுக்கேளாமை
என்னை சொர்க்கவாகனத்தில் ஏற்றிவிட்டது...
சரி வழிவிடு, என்மகன் வெகுநேரமாய்
கொள்ளிக் கட்டை ஏந்தி வருகிறான்..
அவனுக்காகவாவது பச்சை மொழி மொழிந்துவிடேன்...
மெதுவாய் நகர்ந்தது அமரர் ஊர்தி..

●

சாமங்களின் கேவல்

மெருகேற்றிய ஒப்பனைகளைக் கலைத்து கொண்டேன்.
மறுபடியும் இறுக்கிக் கொல்கின்றன இறுகிய
அணைப்பில் அணையா வேள்வியாய் பசி...
தேவிடியா முண்டையில் தேவைகளை
தீர்க்கிறேன் அவனின் தேவைகளையும்..

தொடை எலும்புகளின் ஊசிக்குத்தல் வலி
ஏனோ அவனின் ஆண்மைக்குப் போதை ஏற்றியிருக்க
வேண்டும் இன்னும் பொருத்திப் போகிறான்...

வடிந்தவை யாவிலும் கிளம்பி விடுகிறது
எனக்கான தீர்த்தல்களை...

உதடு கவ்வல்களில் பீடிகளின் பெரும் கோபங்கள்
சுட்டுவிட்டதில், இருளின்
முழிப்பிலும் எரிந்து கொண்டிருந்த இதழ்
வரிகளில், இருந்து விடுகிறது குருதியின் சொறிதல்..

மார்பில் பற்களின் ஆழ்வாதைகள்
புணர்ந்தவன் நரனா எனச்சந்தேக
முடிச்சினை பலப்படுத்துகின்றன...

இடுப்பின் ரணம் மறந்துபோனவளாய்
ஊமைமொழி பேச...
ஏய்... செத்தமூதிமவளே..
பிரியாணிய முழுங்கி ஏப்பம் விட்டியே..
நல்லா பரத்துடி தேவிடியா மவளேயில்
நொறுங்கி விழும் சுயம்..

கருவிழிகள் ஒழுக்கிய ஈ‌ரங்களில் சாயம்
மட்டும் போகவில்லை
என்சாடையொத்த
வெற்று வயிறுகளின் சுருக்கங்களை நீக்க
ரணங்களை லாபமாக்கும் சிவந்த பட்சியாய்...
கடக்கவியலாத சாமக்கோழியாய்...

நான் என்னும்
ஏய்..!
வர்ரியா போலாம்.!

●

விடாய்

முனுமுனுத்த பெண்ணுக்கு செவிசாய்த்து விட்டு
மருந்துக்கடை ஊழியன் சொல்கிறான்..

உரக்கச் சொல்லடிப்பெண்ணே எனக்கு உதிரப்போக்கென்று...
கால்வாயில் கலக்காத கெட்டிப்பட்ட நடமாடும்
தூமைப்பிண்டங்கள் தானே நாம்...

இதோ வருகிறேன் மெத்தென்ற மென்பருத்தியுடன்...

உரக்கச் சொல்லடிப்பெண்ணே...
எனக்கு உதிரப்போக்கென்று..

●

பொன்னிக்குட்டியின் ஓவியம்

குறுமணலில் ஓர்நண்டொன்று தன்குஞ்சுகளை
கதகதப்பாய் பத்திரப்படுத்தி இருக்கிறது...

உடைந்த சிப்பிகள் அவைகளுக்கான கூட்டிற்கு
சுள்ளிகளாய் வெந்து கொண்டிருந்தன..

கடல் குதிரையோ கும்மாளமாய் முதுகில் ஏறிய
நண்டுக்குஞ்சுகளை ராட்டினம்மாட கூட்டிச்செல்கிறது..

கதாநாயகனுக்காய் வாய்ப்புத்தேடி அலைந்த நட்சத்திர
மீனோ கைப்பேசியில்
அதை படம்பிடித்து மகிழ்ந்தது..

ஊர்ந்துவந்த குட்டிகுட்டி ஆமைகள் தத்தம் ஓடுகளில்
ஒளிந்து சாப்பிட அடம்பிடித்த நண்டு பாப்பாக்களுக்கு
கண்ணாமூச்சி ஆட்டம் காண்பிக்கின்றன...

கரைகடந்த செம்மீன்கள் இவைகளை வேடிக்கை
பார்த்தப்படியே கடாமீசைகளை முறுக்கிவிட்டு
சகதியில் நடைப்பயிற்சி செய்கின்றன...

விளையாடி சேற்றையப்பிக் கொண்டு வந்தவைகளை
தாய்நண்டு வருவதற்குள் கடலலைகள்
நுரையிட்டு குளிக்க வைக்கிறது....

இப்படியாக டாட்டா காண்பித்து வேலைக்கு சென்ற
அம்மா திரும்பிவரும் வரையில்
இனிமையாய் வலம் வருகிறாள் சமுத்திர இளவரசியாய்
கவிழ்த்து வைக்கப்பட்ட தோணியின் ஓரமாக யாருமற்ற
வீட்டில் தான் வரைந்த ஓவியத்தின் வழியாக
பொன்னிக்குட்டி...

●

அறம் வலியுறுத்தல்

கந்தக நெடியில் பால்மணம்
வனமெங்கும்
தலைக்கிளைகளில் பூண்டிருந்தன...

கருகியமரங்களில்
குருதிகள் வழிய உடல்சிதறிக்கிடந்தன பொம்மைகள்...
அணைத்திருந்த பிஞ்சுக்குழந்தைகளின் விரல்களோடு..

யானை உடலை புசிக்கும் எறும்புகளுக்கு
பெருந்தீனிகள் வாய்க்கப்பெற்றன செங்குருதியோடிய
வனாந்திரத்தில்

தெருவினில் துப்பாக்கிகள் ஊர்வலம் செல்கையில் பதுங்கு
குழியில் பச்சிளம் குழந்தைகளுக்கு அகிம்சை
போதிக்கப்பட்டுக் கொண்டிருந்தது

துயரங்களைச் சுமந்துகொண்டு
சாவின் அவையங்களோடு பெயர்த்து விட்டிருந்தது
கரையொதுங்கிய தோட்டா துளைகள் நிரம்பிய
தோணி செந்நீர் காய்ந்தபடி

பேரினவாதத்தின் திமிர் "தீ" பொசுக்கியது
தொல்குடிங்களையும் அவர்தம் பெருவனங்களையும்

கருகிய முகில்களிலும் எறிந்த நிலத்தினடியில்
சயனித்திருக்கும் சிலமீன்களின் வயிற்றிலும்
இன்னும் கனன்று கொண்டிருக்கின்றன அடைகாத்த முட்டைகள்

கனிமங்களை உறிஞ்சியபடி ஆறா ரணங்களை பரப்பியபடி
பறந்துகொண்டிருக்கிறது வல்லரசுகள்..

அறம் முற்றிலும் தோற்கையில்
இயற்கையும் வேட்டைக்குத் திரும்பும்
தன்கடைசிப் பேரலையை எழுப்பும் அறத்தை வலியுறுத்த..
ஆனால் ரௌத்திரமாய்...

●

போதியின் போதனை

பெருத்த வெப்பக்கனலை கக்கியபடி
சரேலென்று சென்றது தூரத்து வால்நட்சத்திரம் ஒன்று

மரவட்டைகளுக்கு அது இதமளித்திருக்க வேண்டும்
அவை முன்பைவிட மெதுவாய் ஊர்ந்தது
புத்தனின் தோள்பட்டையோரம்...

அது புத்தனின் மூடியிருக்கும் விழிகளை
மேலும் இறுகவைத்தன..
சித்தார்த்தன் மெதுமெதுவாய்
உருகி ஓடிக்கொண்டிருந்தான்...

கரைந்த நிழல்கள் அவற்றைப் பற்றிக்கொண்டு
உருவம் செய்தது அவ்வுருவம் போதியின்
இலைகளை கொண்டே போர்த்தியிருந்தது....

பழுத்த இலைகள் கூட ஆங்காங்கே போதனைகளை
வழங்கிக்கொண்டே இருந்தது போதனை கொடுத்த
மாத்திரத்தில் உதிரவும் காத்துக்கிடந்தன...

வீழ்ந்த வனப்பட்சிகள் நிலத்தோடு நிலமாய்
ஒட்டியபடி புத்தனுக்காய் பிரயத்தனங்கள்
செய்தன மறுபிறப்பு வரம் வேண்டி...

எதிரே வந்த பிணம் கூட அழுகிய நிலையிலும்
ஆசையாக தன் அன்னையின் அன்னமூட்டலையும்
ஆசையாக தன் மகவின் கன்னம்
தொடுதலையும் நினைத்திருக்ககூடும்...

ஆயினும் ஏனோ போதிமரம் மட்டும் பேசிக்கொண்டது..
உறவுகளின் இணைப்பை துண்டிக்க என்மடியில்
வந்தா ஞானம் பெறவேண்டும் என....

இனி எத்தனை பேர்களின் சாபங்களை
பெறப்போகிறேனோ தெரியவில்லை....
எனக்கு மட்டுமே கேட்கிறதா....

இல்லை சித்தார்த்தனுக்கும் கேட்குமா..
யாசோதரையின் கேவலும்
மகன் ராகுலனின் அழகிய மொழிவின் தொனியும்...

•

பாசத்துணுக்கு

பொன்னிக்குட்டி தின்னும்
மிட்டாயில் நுனி கடித்துக்கொடுத்த பாகத்தின்
எச்சில் சுவையைவிடவும்
மிகுந்து இருந்தது தாத்தாவுக்கான
அன்பின் அளவுகோல்

•

தனித்த தனிமை

வழக்கம்போலவே வாசலில் நெளிக்கோலமும்
வழக்கம்போலவே தெருநாய்குட்டிகளுக்கு பாலும் பிஸ்கட்டும்..
வழக்கம்போலவே “கீச் கீச்” குருவிகளுக்கு பொடித்த அரிசியும்..
வழக்கம்போலவே கூரை மீது எட்டி எட்டி வைக்கும் காக்கா சோறும்
வழக்கம்போலவே அதே மஞ்சளிட்ட முகத்தில் நாலணா பொட்டும்
வழக்கம்போலவே புருசனின் “வறட்டுமூதி நாயே”என்னும்
வசைக்கு புன்னகையும்...
வழக்கம்போலவே மருதாணி செடியிடம்
முறையிட்ட தன் அழுகையும்..
ஆமாம்.. கர்ப்பப்பூவை சுமக்காத எதிர்வீட்டு
பத்மா அக்காவிற்கு இத்தனிமையிறுத்தல்
எந்த இடைஞ்சலையும் செய்யவில்லை..
வழக்கம் போலவே....

•

தேடும் காலச்சுவை

ஓடிப்போயி ரெண்டு ரூபாய்க்கு
கரும்புசக்கர வாங்கிட்டு வரச்சொன்ன அம்மாக்கு
தெரியாதுன்னு
மூனுமுக்குல பொட்டலம் பிரிச்சு
ஒரு வாய் அள்ளிப்போட்டு கடக்காரர்
கட்டுனமாறியே கட்டிவந்தாலும்,
"லொடலொட"ன்னு
லூசா இருக்குற பொட்டலத்தை பாத்து
கொல்லையில போறவன் கொழந்தை கிட்ட கம்மியக்குடுத்து
இருக்கான் பாருன்னு..
கடக்காரன திட்டிதீர்த்த அம்மாகிட்ட
எப்படி சொல்லுவேன் சமையல் கட்டுல இப்ப
என் டப்பா நிறைய கரும்பு சக்கர இருக்குன்னும்,
பத்து வயசுல திருடி தின்ன ருசி இதுல இல்லையின்னும்....

●

பரிதவிப்பு

கிழக்கே புகைவிட்டுப் போகும் அத்தொடர்வண்டி
கையசைத்துக் கூவி அழைக்கின்றது மாடுகள் மேய்க்கும்
சிறுவர்களை... இன்னுமொரு பறைக்கான தோலை
தந்துவிடக்கூடாதென....

●

அம்மாவின் அடுக்களைப் பல்லி
சத்யா மருதாணி

அடியே.. கூறு கெட்ட மழையே..

இடிச்சத்தம் கேட்டதுமே பத்துக்குப் பத்து ஊட்டுல
பத்து ஈயப்பாத்திர வச்சுடுவோம்..

எறவானத்து குட்டிதேளு மழதண்ணீக்கு ஊந்து
பொத்துன்னு விழுகும்

செவுத்து ஓரம்மா வழிஞ்ச ஈரத்துல
பாதி நினைஞ்சு கண்ணு அசரப்போ
குட்டி தேளு இருக்குன்னா எங்காச்சும்
அம்மா தேளு இருக்கும்முன்னு கிழவி
சொன்னது ஞாபகம் வரும்..

இதுல முட்டிக்கிட்டு வர்ற
ஒன்னுக்கே அடக்காம
பாயிலயே பேஞ்சு நடுசாமத்துல
அம்மா கையில தொடக்கிள்ளு வேற.

பள்ளிக்கோடத்து ஒத்தத்துணி
விடியறதுக்குள்ள காயோனுமுன்னு
வேண்டிக்கிட்டாலும் காடாபாவாட
மட்டும் காயவே காயாது..

ஒகடுப்புல வச்ச கடுங்காப்பிக்கூட
ஒன்னுமில்லாம்மே போச்சுன்னு
ஒப்பாரி வப்பாங்க அப்பத்தா.
ஒண்டிக்கிட்டே நெருக்கி படுத்துக்கெடப்போம்
அம்மா மட்டும் குத்தவச்சே கிடப்பா
தரையத்தொடச்சு காயவைக்க..

அம்மாவின் அடுக்களைப் பல்லி

மேக்கால மண்ணு செவுறு
“தபதப”ன்னு விழுகுற
சத்தம் ஈரக்கொலய நடுங்க வைக்கும்

“அய்யோ” கோழிகூடு பக்கத்தில
தானே இருக்கு என்ற கருப்பழகிக்கு
ஒன்னும் ஆகக்கூடாது.

அதுக்காகவாச்சும்

அடியே..!
கூறுகெட்ட மழையே..!
கொஞ்சமாச்சும் நின்னுப்புடேன்...

●

அங்கீகாரம்

கரகரப்பான குரலில் தயங்கியபடியே “அக்கா
இங்கே உட்கார்ந்து கொள்ளலாம்மா”
என்றுக்கேட்டாள் தன் சேலையை
ஒதுக்கியவாறு எல்லோரையும் போல பயணச்சீட்டு
வாங்கிய அத்திருநங்கை....

●

குமிழிகளின் மொழி

மிதந்து கொண்டே இருக்கிறது ஏதோ ஒருவகையான
காற்றுச் சுழற்சியின் சிலசமயம சிலசமயம் மனம்பிறழ்வானவளைப்
போல சிரிக்க வைக்கிறது
கண்ணகி எரித்ததில் மீந்துபோன உறவுகளைத்தேடும்
வீடற்றவர்களின் கடைசிப்பாடலான கானாஇசையாய்
அழவைக்கிறது

ஏதோ சில மணிநேரங்கள்
ஓய்வு கிடைத்த சிவப்புவிளக்காய்
அழுத்தம் எதுவுமில்லா இளைப்பாறலோடு
உறங்க வைக்கிறது

ஓவியன் வரைந்துமுடித்த தருணத்தில் வியர்த்துக்
கொட்டிய வியர்வைத்துளிகளில்
களைந்த கோணல்உருவமாய் கெக்களிக்கிறது

அடித்த சரக்கையும்
மீறி அடிக்கும் மலநாற்றத்தினூடே
மூச்சடக்கித் தூர்வாரும் தூய்மைப்பணியாளனுக்கு
கிடைத்த மோதிரமாய் குதூகலிக்க வைக்கிறது

வெட்டிய மரக்கிளையில் குஞ்சுகளின்
பாதச்சுவடைத்தேடும் தாய்ப்பறவையாய் பரிதவிக்கவைக்கிறது
ராட்டினம் ஆட காசில்லாமல் 'ஆ' வென வேடிக்கை
பார்த்தவனை கனத்தின் வேறுபாட்டை
சமனாக்க பெட்டிக்குள் தூக்கிப்போட்டதான கனவுபோல்
சிலிர்க்க வைக்கிறது

வானம் தெரியும் கூரையின் வழியே உறங்கிக்கொண்டே
ஓரியன் நட்சத்திரம் தேடும் சிறு குழந்தையாக்குகிறது

கைத்தட்டி காசுக்கேட்டதற்கு கண்ணடித்து கூப்பிட்டவனை
வசைபாடி சாபமிடும் திருநங்கையாய்
குறியறுத்த வலியையும் மீறி
துடிக்கவும் வைக்கிறது

நீரின்றி வற்றிப்போய் கருகிய நெல் வயலைப்பார்த்த
விவசாயியாய் மாரடித்து மயங்கிச்சாகவைக்கிறது

ஆக காற்று இப்படியாக தீர்ந்தே போகாத அல்லது
போவதற்கு இடமின்றி நம்மை விரும்பிச்சுற்றியே இருக்கிறது
அதுவும் நாமுமாய் நாமும் அதுவுமாய் பின்னிப்பிணைந்தே
ஓர் நேசத்தின் உடையாத நீர்க்குமிழியாய் வாழ்தல்
அத்தனை ரணமாயும் அத்தனை சுகமாயும்..

●

பொய்நீர்

கடற்கரையில் மணல்வீடு கட்டி விளையாடும்
போதெல்லாம் சடசடவென கரைத்து விட்டு சென்ற
கடலலையைக் கோபமாய் பார்த்து அழுதபடியே
சொல்கிறாள் பொன்னிக்குட்டி.

"இரு.. இரு.. நீ அடுத்த வாட்டி வருபோது
என்னோட குட்டிக்குடத்துல உன்ன அடச்சு வச்சுக்கற...."

●

அப்பாவின் மிரட்டல்

மகள் தூங்கிக்கொண்டிருந்த அறையில்
ஏன்..? எதற்கென.? அனுமதிவாங்காமல் உள்ளே
நுழைந்த பனிக்காற்றை வெளியே முட்டிப்போட
வைத்தது தோற்றம் மறைவு எழுதி
மாலையிட்ட வாத்தியார் அப்பாவின் புகைப்படம்....

●

எஞ்சிய அன்பு

விலகாத பனியால் விரைத்துப்போகாத
மனிதாபிமானத்தை போர்த்தியபடி
தெருநாய்களை அனைத்துறங்கும்
குடிசைவாசிகளை நினைத்து
வெட்கித்துக்கொண்டது
ஆடையுடுத்திய
மாடி வீட்டு சாளரம்..

●

அம்மாவின் அடுக்களைப் பல்லி
சத்யா மருதாணி

ரத்தம்தோய்க்கா கடைசி ரொட்டித்துண்டு

கனவுகளை களவாடுகிறார்கள் முகமூடியணியா
திருடர்களாய் தாலிபானிகள்..

வதைக்கூடமாகிவரும் ஆப்கானியர்களின் கொட்டாரங்களில்
மதத்தின் கவிச்சு நாற்றம்..

அடைக்கலம் வேண்டி சப்பணக்காலிட்டே அடைந்து
பறக்கிறார்கள் அரை அம்மணக்கட்டை வாசிகளாய்..

வேர்களைப் பெயர்த்து எடுத்து பொட்டலமாய்
மடித்தே கைநீட்டும் களத்தில் நட்டுவிட பாடாய்ப் படுகிறார்கள்..

விலங்கில்லா மிருகங்களாய் ஊர்ந்தே பயணிக்கிறார்கள்
விடியல் கீற்றில் குளிர்காய..

தாளிட்ட கதவின் தோட்டாக்களின் பொத்தல்
வழி பார்வையில் கூடுபாய துடிக்கிறது
அவர்களின் ஆவி மட்டுமே...

எங்கிருந்தாவது அடிப்படை வாழ்வியலுக்கு நம்பிக்கை
நீர் வருமென காத்திருக்கிறார்கள் கண்ணீர்
சுமந்த தாகப்பட்சிகளாய்..

எஜமானர்கள் மாறுவார்களா
என்றே மனங்கள் கீறப்பட்ட பதின்பருவத்துகாரிகள்
புர்கா சுற்றி வெகுநேரமாய் மனத்தீயுடன் வெந்துக்
கொண்டிருக்கிறார்கள்எப்போது வேண்டுமானாலும்
குதறப்படும் யோனிகளை சுமந்தப்படியே....

முற்றிய தானியக் கதிர்களை நாசமாக்கும்
வெட்டுக்கிளிகளை பறக்கவிட்டவர்களிடம்
மனிதத்தின் சாயலை எங்கு போய் தேடுவது...

ஈரல் குலை நடுங்கும் வயிறுகளில் பசிநிரம்பி
வழிகிறது ரத்தத்தில் தோய்க்காத கடைசி
ரொட்டித்துண்டிற்காக..

●

அம்மாவின் அடுக்களைப் பல்லி
சத்யா மருதாணி

தப்பாத ஆட்டம்

அடேய் ராசு....
உங்கப்பாரு வராரு வாடோய்....
இழுத்துக்கூவிட்டு
களையெடுக்க ஆரம்பிச்சா மருதக்கா...
இந்த வருசோ காலேசு பீசுகட்ட
ஆளாப்பறக்குற
அப்பாரப்பார்த்து
வேதனைப்பட்டு
"நாவேனா தப்படிக்கப்
போகட்டும்மா"ன்னு
கேட்டு முடிக்க முன்னாலேயே
பளார்ன்னு அடிச்சுப்புடுற அப்பார்க்கு பயந்து
பறைய மாட்டு கொட்டகை
உத்துரத்துல வச்சிட்டு
சாவுபாடைக்கு முன்னாடி பறையடிச்ச
கூலிப்பணத்த உள்சிராய்ல சொருகிட்டு
வந்த பரமனுக்கு தெரியாது..

தப்பு அடிக்கயில அவனுக்கே
தெரியாம அப்பாரு அவன் அடிக்கு
மயங்கி ஒளிஞ்சு நின்று
ஆட்டம் போட்டாருன்னு....

●

கானலில் மேவு

வெளிச்சத்தைப் பரப்பி செல்கிறது வாயில்
அடைத்த நெல்மணிகளோடு பனங்கருப்பட்டி
நிறக்குருவியொன்று...

கிழக்குப் புறமாக மனுசர்களை ஏந்திய விமானத்தின்
இறகில் ஓரமாக ஒளிந்து வலசை போகும்
காட்டுப்பறவைக்கு பிரசவத்தின் வாசனை....

மாடுகள் மேய்ந்த நிலத்தில் கொத்தி
களையெடுகிறது அலகு உடைப்பட்ட கரிச்சான் மூக்கன்
விட்டத்தில் தேடும் வெத்தளைப்போடாத குஞ்சுகளுக்காக..

அம்மா வீட்டிலிருந்து கிளம்பும் போதெல்லாம்
“கீச்கீச்” இரட்டைவால் ஆட்டக்காரி கட்டாயம்
வந்துவிடுவாள் வாலாட்டி விடைக்கொடுத்து டாட்டா காட்ட...

நீரின் சிக்கனத்தை தினமும் வகுப்பாய் எடுக்கிறாள்
வற்றிப்போன கருப்பிக்காக்கா கானலை பருகியப்படி..

●

சுயத்தின் அடுப்பு

மூன்றடுக்கு இட்லி பாத்திரத்தில்
குளிக்கிறது மல்லிகா
அக்காவின் கைவிரல்கள்..

மூன்றுவிதமான சட்னியுடன்
ஆடிக்காரையும் ஆசையாய்
சாப்பிடக்கெஞ்சும் சுவையுடன்
பூப்பந்து இட்லிகள்..

நிறைத்துவிடுவார் நிரம்பிய
பசியை நிறைத்த புன்னகையோடே..

கண்களாலேயே பசியை
அளந்து இன்னுமொரு இட்லியை
வைத்து "சாப்பிடு கன்னு" என்றே
அடுத்தோர் தட்டை கவனிக்க நகர்ந்துவிடும்
ஆகச் சிறந்த இரைதாங்கியானவர்..

பாக்கெட்டை துழாவும் நேரத்திற்குள்
கடகடவென மனக்கணக்கில்
சாப்பிட்ட கணக்கை ஒப்பிவிப்பார்
கால்குலேட்டரை முழுங்கியவராய்..

●

ஆஃப் பாயில்

முட்டைதோசையின் வாசம் வராமல்
ஐயருக்கு ஊத்தப்பம் சுடும் அக்கறை..
குடல் வெந்துபோன அல்சர்காரனுக்கு
சின்னவெங்காயம் தோசையிலும் சேர்ந்தே வேகும்..

“மணி பத்தாகப்போவுது சீக்கிரம் கடைஎடுத்து
வையிம்மா” என்ற ஏட்டைய்யாவின் குரலுக்கு
தலை ஆட்டியபப்படியே
“மசால் ரோஸ்டும் வெங்காய சட்னியும் சேர்த்து
வச்சுருக்கேன் சாப்பிடுங்க சாரே”
என நீட்டும் பொட்டலத்தில் வாயடைக்கும் லாகவம்..

கண்ணிழந்த ஊதுபத்தி விற்பவனுக்கு
“ஈஸ்வரா சாம்பார் சூடா இருக்கு மொளகா கடிச்சுறாதே பார்த்து
சாப்பிடுய்யா” என்னும் வாஞ்சை..

அடுத்தமுறை சேர்த்து தரேனுங் அக்கா என்னும்
மாசகடைசி பேச்சுலர் தம்பிக்கு
“சாப்டு சாப்டு பரவாயில்லை
சாப்டுய்யா” என்னும் பாசம்..

இப்படி எல்லாமுமாக தன்னை
கரைத்துக்கொண்டே தள்ளுவண்டி
டிபன் கடையை தள்ளிக்கொண்டு
இருக்கிறார் சுயம் இழக்காத தன்னம்பிக்கை
சோதியில் அடுப்பெரிக்கும் மல்லிகாக்கா..

●

பழுத்தலின் கொஞ்சல்கள்

1. உன்னின் தோள்சாய்ந்து கொள்கிறேன்
நரைத்த பறவைகளின் இறகுகள்
உதிர்ந்தாலும் உறவின் ஒட்டுதல்
முறிந்துப் போவதில்லை...

2. கண்தெரியாமல் நகத்தோடு சதையையும்
வெட்டி விடுவேன் என்று தெரிந்தும்
நகம்வெட்ட என்னையே தேடுகிறாய்
வளர்ந்த அன்பின் வழிதலால்..

3. உந்தன் காதோரம் மஞ்சளில் குளித்த
நரைமுடிகளில் சிக்கித்தவிக்கிறது
என்னைப்போலவே பல்லில்லாத சீப்பு..

4. கூச்சத்தில் தவிக்கிறது நீ கொடுத்த
முத்தத்தில் எனது புதிய பல்செட்...

5. சர்க்கரை இல்லாத தேநீருக்கு இனிப்பாய்
இருக்கிறாய் நீ மறந்தபடி ருசிப்பார்த்த உனது எச்சில்...

6. கண்ணாடியைத் தொலைத்துவிட்டு வீடு
முழுவதும் தேடுவதாக நடிக்கிறாய் எந்தன்
பொய்க்கோபத்தை கலைக்க...

7. மூட்டுவலியில் முனங்கும் போதெல்லாம்
கால்பிடித்து விடுகின்றன நடுங்கிய கரங்களில்
உந்தன் சுருங்கிய ரேகைகள்..

8.ஓரமாய் எட்டிப்பார்க்கும் நரையும்
வெட்கப்படுகிறது பேரன்பேத்திகளுக்கு
தெரியாமல் நீ அளித்த முத்தம்..

9.நேற்றைய நம்மின் நினைவுகளால்
எனதின் நினைவகங்களின் நிறைந்து மலரும்
எனக்கான மருதாணிப்பூ நீ....

10.இக்கிழிந்துபோன சமூகம் விட்டுக் கிழியாத
காதலுடன் இறுதிவரை பயணிப்போம்
உரக்கச் சொல்லும் சமத்துவத்தோடு..

●

அரசக்கட்டளை

பறவையின் எச்சமொன்று வலுக்கட்டாயமாக
வேரோடு வெட்டி வீசப்பட்டது
நான்கு வழிச்சாலையில்
வழுக்கிப்போகும் தகரப்பெட்டிகளுக்காக..

●

ஏக்கப்புன்னகை

விண்மீன்களை மிதக்கவிட்ட
கடலொன்று அலைந்து
காணாமல் போனது மழை தேவதையானவளின்
புனலம்புகளால்

முகில் கூட்டத்தின் கரையாத ஆலங்கட்டியின்
வருகைக்காக கைநீட்டி வரவேற்கிறது இளம்பச்சை
பன்னீர்ப் பூக்களின் இதழ்கள்

குழந்தைகள் யாருமற்ற சோகத்தில் நான்குபெட்டி
ராட்டின தூரியில் வழிந்தோடிய நீர் சிற்றருவியாய்
உருமாறி கண்ணீர் வடித்தது...

அரைக்கால் டவுசரும் பாவாடையும்
படாமல் ஏங்கிப்போன சறுக்கல்களில்
மழைநீர் விளையாடி அதன் ஏக்கத்தை
போக்கிக்கொண்டிருந்தன..

ஆடியே இருந்த அந்த அரசமரத்து ஊஞ்சல்
கூட்டம் தளிர் கரங்களின்
தீண்டுதலுக்காய் வேண்டியதில்
பாவமென்று தென்றல் புயலாய்
மாறி ஆட்டிக்கொண்டிருந்தது..

கையை வீசி வேகமாக நடக்கும்
சர்க்கரை நோயாளிகளின்
நடைப்பயிற்சிக்காய் வேகமாக
சுத்தம் செய்துகொண்டன
காரைபூசிய தரைதளங்கள்..

இடித்து கொண்டு செல்லும்
விசாலமான கடைவீதிகளில்
இறுக்கமான பெய்துக்
கொண்டிருந்தது குடையில்
சிறைபடாத தூறல்கள்..

நெடுஞ்சாலைகளில் ஆகாய நீரின்
குளிர்ச்சியால் ஆனந்தக்குளியல் போட்டது
யானை குடும்பங்கள் கூடவே
தும்பிக்கை நடனமும்..

புள்ளிமான்கள் துள்ளிக்குதித்ததில்
பள்ளமாகிப்போன குளம்புத்தடயங்களை
வேகமாக நிறைக்க நூல்விடு தூது செய்தது வானம்..

ஓசோன் அடுக்கும் எந்த ஈயப்பூச்சும்
இல்லாமல் தன்னைதானே தன் பொத்தால்களை
கரிமிலவாயு இல்லாத
சுற்றுப்புற சுத்தியால் அடித்து
அடைத்துக் கொண்டது..

மனிதர்களை மட்டும் நேசிக்காத
கொரோனா சகல ஜீவராசிகளையும் கைநீட்டி
அணைத்து இயற்கையுடன் கைகோத்து
“டார்கெட் அச்சிவ்மெண்ட்” என ஹைஃபை
அடித்துக்கொண்டது யாரும் பார்க்கமுடியாத
பெரும் மின்னலைவெட்டி...

துரோகங்களை மட்டுமே பார்த்திருந்த இயற்கை
மகிழ்ச்சியான வெளிச்சக்கோடுகளை பரப்பி
ஆனந்தமாய் உலாவருகிறது யாருமற்ற பிரபஞ்சத்தில்
ஓரமாய் கொஞ்சம் இரக்கத்தை வைத்தப்படி
மனிதர்களைக் காண...

●

"மியாவ்" மகள்

நம்முலகில் நாம்
இயங்குவோம்
எனக்காக நீயும்
உனக்காக நானும்
பேசும் மொழிதல்கள்
நமக்கானவை மட்டுமே
எந்தன் சித்திரமே..

உடைந்துபோன உறவுகளில்
தேடியும் கிடைக்காதது
உந்தன் ஒற்றை முத்தத்தில்
கிடைத்துவிடுகிறது

வம்பிழுக்கும் உன்னின்
பேச்சுக்கள் தொலைத்த அந்த
நாட்களை மறுபடியும் தந்தேவிட்டிருக்கிறது

எதையாவது சமைக்கிறேன்
என்பதில் எனக்காய் நீ
சமைக்கிறாய் என்பதே
அளப்பரியா சுவைகூடிப்
போகிறதடி கண்ணம்மா..

தனிமையுற்ற அறுபது
நாட்களின் தித்திப்பும்
ஆயுளிற்கும் வருமடி
அகம்நிறை மகிழம்பூக்களாய்..

காணாமல்போன குழந்தைமையை
கடந்து வர வைத்துவிட்டாய்
உனதருகாமை கணங்களில்

கூட்டாஞ்சோறும் செம்மண்
இட்லியும் சேற்றுக்குழம்பும்
பச்சையிலை பச்சடியும்
குருவிக்கூட்டு படுக்கையறையுமாய்
விளையாடிய பொழுதுகள்

உந்தன்தளிர்கரங்களால்
தளிராக பறித்தரைத்து
வைத்துவிட்ட மருதாணி
செவப்பில் ஒட்டிக்கொண்டு
மணத்துக்கிடக்கும் உந்தன் வாசம்
கால்வாயில் விழுந்த மியாவ்
குட்டியை கழுவித்துடைத்து மார்பிலணைத்து
பாடும் உந்தன் லாலி...லாலியும் மறக்காது கண்மணியே..
இதோ வயிற்றுக்கான
கூப்பாட்டுக்காய்
போய் வருகிறேன்
தாளிட்டுக்கொள்
தொடர்கிறது இப்பிரிவு
டாட்டா சொல்லி கண்களை
துடைத்தும் மறைத்துக்கொள்கிறது விழிவழிய கண்ணீராய்
இருசக்கர வாகனம்
மட்டும் எனைசுமந்து
உருள்கிறது..
மனசு முழுவதும்
மியாவ் குட்டியாய் உனதருகே உனது
முகத்தை நக்கியவாறே
இருக்கிறது விடுபடாத
தாயன்பு..

●

சந்தனச்சாளரம்

சாளரக்கதவுகள் ஒருபோதும் இறகுகளை
விரித்து பறப்பதில்லை எனினும் எப்போதாவது
வந்தமரும் நீலமூக்கு குருவியின் முதுகில்
சவாரி செய்கிறது ஆழ்கடலின் முத்தை எட்டிப்பார்க்க...

ஐஸ்வண்டி மணியோசைக்கு ஓடிவந்து தடுமாறி
விழுந்த குழந்தையின் வீக்கத்திற்கு ஒத்தடம்
கொடுகிறது பல நாட்களுக்கு முன்பே குளிர்சாதன
பெட்டியில் உறைந்து போன ஈரம்...

மகளை மையிட்டு அழகு படுத்தும் போதெல்லாம்
அழவைத்துவிடுகிறது அம்மாவின் நிறைவேறாத
ஒப்பனை ஆசையில் மறந்துப்போகாத விழிகள்

தூரமாய் சாலையோரத்தில் ஊதி ஊதிப் பெரிதாய்
விற்கும் வண்ண பலூன்களின் காற்றால் மகிழ்ந்தே
நிரம்பிவிடுகிறது பலூன்காரரின் வீடு..

வெட்கம் பிடுங்கி தின்கிறது சடையப்பனாய் இருந்து
மீனாவாய் சடைபின்னி பூவைத்து சேலைகட்டி
பெண்ணாய் மாறி பொதுகழிப்பறைக்கு போகும்போது...

சாலையோர கம்பங்கூலில் தேடிக்கொண்டிருக்கிறேன்
அம்மாவின் பாசரேகைகளை உப்புச் சப்பு இல்லாமல்...

வெளிப்புறம் பூட்டிச்செல்லப்பட்ட வீட்டின் சந்தன
சட்டங்களின் வழியே வேடிக்கை பார்த்தாலும்
கம்பிகளுக்கிடையே தப்பிக்க நினைக்கும்
கைதியின் சாயலே...

●

ஜல்ஜல்லின் வயிறு

தெருவோர சாலையில் ஒற்றைக்காலில்
வெகுநேரமாய் காத்திருக்கிறது பூப்போட்ட பாவாடையில்
சலங்கையணிந்த பம்பாய் மிட்டாய் பொம்மை...
ஆட்டுவித்தவனின் ஆடும் பசியைப் போக்க..

●

புனலின் அழுகை

குளத்தில் கல் எறிந்து செல்லும்
கைகளுக்குத் தெரியாது ஒரு
சோளக்கருதின் முத்துகளாய்
தவளைகளும், கைநிறைய
கடுகின் அளவில் மீன்களும், அதில்
தேக்கரண்டி எண்ணிக்கையில் வயிற்றில்
குட்டி பாப்பா முட்டைகளோடும்,
வார நாட்களாய் ஆமைகளும்,
ரோஜாவின் இதழ்களாய் நண்டுகளும்
வாழ்ந்துகொண்டு உள்ளதென

●

நிரைப்பின் தேவை

நாடகத்தில் பாஞ்சாலி வேடத்திற்கு நடிக்க
கிருஷ்ணா அன்கோவில் பார்ட் டைமில்
வேலை செய்யும் மாதவி அக்காவிற்கு
பர்மிஷன் கிடைக்காமல் போக
மாற்றாய் வந்தாள்
வெண்குருதி வற்றிப்போன
முலையுடன் ஐநூறு ரூபாய் பேரம்பேசி
கொலுசுக்கடை
கண்ணகி...

●

வெக்கை

திரைச்சீலையை விலக்கி வேடிக்கை பார்க்கிறது
வெந்துபோன தென்றல்...
வேகமாய் ஓடி ஒளிந்து கொள்கிறது கானலில்
குளிக்கும் தார்ச்சாலை பூக்கள்..

●

கவசப்புன்னகை

தள்ளுவண்டியில்
“மீல்ஸ் ரெடி” பலகை காற்றில் ஆடிக்காட்டி
வேடிக்கை காட்டுகிறது அடம்பிடித்த பசிக்காக..

முற்றிப்போன வெண்டைக்காயின் முத்துக்களை
சமைக்கிறார்கள்
வெற்றுப் புன்னகையை அலங்கரிக்க..

ஒருவேளை கோவில் பிரசாதங்களை
மட்டுமே நம்பிய பாட்டியின் வயிற்றை
மூன்று வேளையும் கழுவுகிறது கொரோனா முகாம்..

சிறகிழந்த பறவையின் பசி தத்திப்படியே தேடுகிறது
முதல் ஈடு இட்லியை பிய்த்துப்போடும் சரோஜா
அக்காவின் சாலையோர சால்னாக்கடையை..

காக்கிச் சட்டைப்பையில் மகிழ்ச்சியாக சிரித்தபடியே
இருக்கிறது காவல்துறை அதிகாரியின் பார்த்து
பேசி நாளாகிவிட்ட குடும்பத்தின் புகைப்படம்

மருத்துவ ஊழியர்கள் ஓய்வெடுக்கும் அறையின்
படுக்கைகள் மட்டும் காலியாகக் களையாமல் அப்படியே இருக்கின்றன..

நடுத்தர மக்களோ கடந்துபோகும் என்ற நம்பிக்கையில்
பல்லாங்குழியில் காய்களை நகர்த்தி மறந்து
விடுகிறார்கள் காலியான வயிற்றுக்குழியை..

நீடித்த ஊரடங்கில்
அடங்க மறுத்த பெருந்தொற்றை நம்பிக்கையோடு
அடக்கப்பார்கிறது கவசம் அணிந்த ஆதவனின் கரங்கள்..
வெல்லட்டும் இப்போர்..

●

நரைத்த சுவை

எவ்வளவுதான் அழகாக இருந்தாலும்
என் அம்முச்சி தின்று சுவைத்துக்கொடுத்த
பனங்கருப்பட்டிக்கு ஈடாகுமா..?
நிலாப்பாட்டி ஆயாசமாய் கால் நீட்டி
நிலாவை பிட்டு சுட்ட வடை...!

●

பொக்கை சிரிப்புக்காரிகள்

மயிலிறகு குட்டிப்போடுமென புத்தகம்
நடுவே வைத்துக் காலையில் திறந்து
பார்த்ததும் குட்டிப்போட்ட மயிலிறகாய்
சிரித்த பொன்னிக்குட்டியின் அப்பத்தாவின்
முகமெல்லாம் அவள் நம்பிக்கைக்கு
உரமிட்ட மகிழ்ச்சி ரேகைகள் ..

●

ஈரமான கால்களின்விழி

பூங்காவில் உடைந்த பலகையில் ஊஞ்சல்
ஆடிக்கொண்டிருந்த அழுக்கான டவுசர் பையனின்
மகிழ்ச்சி தெறித்து விழுகிறது ஊதாப்பூக்களில்
அமர்ந்திருக்கும் வண்ணத்துப்பூச்சிகளின் சிறகுகளில்..

மேகங்களை கட்டி இழுத்து அடைத்த பஞ்சுமிட்டாய்
பாக்கெட்டுகள் நீலங்களை அப்பியபடியே
அடம்பிடிக்கின்றன
ரோசா நிற பன்னுக்கன்னங்களில் ஒளிந்துக்கொள்ள....

உப்பு மிளகாய்த்தூள் தூவிய மீந்து போன
மாங்காய் துண்டங்களில் வெகுநேரமாய் விழுந்து
தவித்துக் கொண்டிருந்த ஈயொன்று தப்பித்து செல்ல
எச்சிலொழுக ருசிக்கும் நாக்கை தேடியபடியே கிடக்கிறது..

கர்ப்பப் பூக்களை சுமக்காது ரணங்களை சுமக்கும்
பூவையானவளின் கரங்களில் பால்புட்டியின் மூடியை
கழற்றித்தரச்சொல்லி பசியில் அழும் குழந்தையை
இருகரங்களிலும் அணைத்தபடி கேட்கிறாள்
இரையற்ற இரைதாங்கியொருவள்..

அர்த்தமில்லா வாழ்க்கையின்
அர்த்தங்களை மௌனமாய் பேசிய இக்காட்சிகளால்
இளைப்பாற புல்தரையை தேடிய யாருமற்றவளின்
கால்களின் கண்கள் ஈரமித்தன
ஓர் ஆகச்சிறந்த அழகியலில் நடந்தபடி
பெருமூச்சொன்றை விட்டு...

●

73 | அம்மாவின் அடுக்களைப் பல்லி

ஊறிய ஆசை

கட்டில்கடை பாட்டியின் கல்லாப் பெட்டி
சத்தமிட்டு குதூகலமாய் சிரிக்கிறது..

பள்ளி விட்டதும் உச்சுக்கொட்டி உப்புமிளகாய்
தூவிய நெல்லிக்காய் தின்னும் ஆசையில் ஓடிவரும்
பொடுசுகளுக்காய்...

●

வயிற்றின் கூப்பாடு

ஆசையைத் துறக்க
போதித்தவனை
பேரமிடச் செதுக்கிக் கொண்டிருக்கிறது
புகையாத அடுப்பின்
சுவாலைக்காய்
இளம் கன்றின்
பசித்த உளி....

●

அம்மாவின் அடுக்களைப் பல்லி
சத்யா மருதாணி

அம்மாவின் அடுக்களைப் பல்லி

சட்டென வேகமாகக் கதவை சாத்த இடுக்கில்
சிக்கி அறுபட்ட பல்லிவாலாய் பொத்தென
விழுந்து துடித்தது மனது ..

துரத்தித் துரத்தி விடுகிறது ஈசலை.. ஆனாலும் மீண்டும்
வந்தமர்கிறது படபடத்த இறகை ஆட்டியபடியே
இறைதாங்கிக்கு இரையாய் அந்தவயிறு பெருத்த பல்லியிடமே..

விதை நெல்லைக் கட்டிவைத்த மூட்டையில்
பாதுகாப்பாய் முட்டையிடுகிறது
பரம்பரை சந்ததிகளைக் காப்பாற்ற..

அடுக்களையில் முனுமுனுக்கும் பாடலுக்கு
தாளம் போட்டு ரசிக்கும் அந்த இரட்டைவால்
பல்லி இப்பொழுது தென்படுவதேயில்லை..
ஒருவேளை அந்தப் பாடலுக்கு மயங்கி மீளாதேசம்
சென்றுவிட்டதோ..

திருமணமான புதிதில் பயமுறுத்தி கட்டிப்பிடித்துக்
கொள்ள ரப்பர் வாலை தூக்கிப்போட்ட கணவருக்கு
தெரியாது மனைவி உயிரியல் மாணவியென....

வால் இல்லா பெண்பல்லியொன்று வெகுநாட்களாய்
பாத்திரம் கழுவும் தொட்டியில் விழுந்து முட்டைக்கண்ணை
விட்டப்படி வெளியேவர முயற்சித்து கொண்டேயிருக்கிறது..
யாரேனும் கைக்கொடுக்க மாட்டார்களாயென..

கொழம்பு மயிருமாதிரி இருக்குன்னு அப்பா கோவத்தில் தூங்கியெறிந்த
கோழிக்கறியை குப்பையில் பொறுக்கி உச்சுக்கொட்டி
குழந்தைக்கு ரசித்து ஊட்டி விடுகிறது தாய்பல்லி...

இப்பவும் கரண்டி புலம்பும் எல்லாவற்றிற்கும்
கத்திக் கத்தி “ம்ம்” கொட்டி தலையாட்டுகிறது
துண்டுபட்ட பல்லிவாலைத் தேடாத
அம்மாவின் அடுக்களைப் பல்லி...

•

சூர்ப்பனகையின் ஆடி...

சில்லென்ற நாளில் குதூகலித்த பட்சியாய்
விளையாடித்திரிய வனத்துப் பேச்சியாய்
நுழைந்தாள் ராவணச்சி..

தளிர்களும் வெட்கித்துப் போகும்
பாதங்களை அடியெடுத்தே வைத்து அமிழ்ந்த
மோகமதை ஆற்றுப்படுத்தலாகாமல்
ஆழ்ந்து நிலைக்குத்தாமல் ஏறெடுத்து
வில்லாலன் ராமனை நோக்கினாள்.

பதுமைகளும் பொறாமை கொள்ளும் அழகு
களவற்ற பார்வையால் அகலக்கண்கொண்டே
அளந்தாள் அளவிடா ஆதுரங்களால் மின்மினி
பூச்சியாய் அவ்வபோது ஒளிர்ந்து

கடிவாயில்லா எறும்புகளை
கொலை செய்வதுப்போலே கொன்றே
விட்டார்கள் அவளின் ஆசைகளை..
கேள்வி கேட்டால் யாரும் வரமாட்டார்
என்றா என்னை இகழ்மொழி கூறினான்..

இசைப்பிரியன் தசமுகன் தசை கிழித்துப் பிறந்த
இடத்தில் தானும் தசையகற்றி வந்தவள் என்ற போதும்
விடாக்கண்டனாய் வீணாக விரயம் செய்வித்தான்
அக்னி வார்த்தைகளை..
வாள்கொண்டே செய்வித்தான் காமத்தை
கடத்தினேனென கூர்மையான சுவாசநாசியை நறுக்கி..
ஓடிவந்தே ஒப்பாரி வைத்தாள் ஒழுகிய சிவப்புடன்...

அழகான ஆடவனை ஆசையாய் மனதுள்ளே
அணைத்திட்டது அற்பமா அண்ணா...
முறையிட்டாள்
மூத்தவன் இலங்கேஸ்வரனிடம்..

அண்டமும் நடுங்கும் இராவணச்சியானவள்..
அழகான பல்வரியோடே பளிங்காய் சிரிப்பவளை
ஓச்சமாய் கண்டதும் சினம் கொண்டே சூளுரைத்தான்...

பல்லவமணங்க நிறைந்து நின்றவளை பழித்து
பேசிய தசரத மைந்தர்களை வதைப்பேனென..

சூர்ப்பனகை மட்டும் ஏதும் கூறா மரப்பாச்சியாய்
நிலைக்குத்தியப்பார்வையாய் வான் நோக்கியபடியே
நின்று கொண்டிருந்தாள்..

அவளின் கூர்தீட்டப்பட்ட நாசியுடைய அழகினை
காட்ட கிழக்கு கண்டத்திலிருந்து
நன்கு அடர்த்தியாக ஐதராகிரம் பூசப்பட்டு
கொண்டு வரப்பட்ட மரகதங்கள் பதித்த தங்க
சட்டத்தால் ஆன அவளின் அலங்கார ஆடி..

இப்போது எதுவும் பரிகாசமோ பகடியோ பேசாமல்
அவளின் ஆழ்மனதின் வெளிப்படை தன்மையை
நேர்த்தியாக சற்றே கர்வத்துடன் பிம்பங்களாய் காட்டின..

அதில் எள்ளளவும் களங்கமில்லா
காமுகியாய் அவளை அது சித்தரிக்கவில்லை..
மாறாக அவளது நெற்றி சுருக்கத்தின் வாயிலாக கேள்விகளை
அடுக்கியபடியே காண்பித்துக்கொண்டே இருந்தது...

பார்த்து மோகித்ததற்கு மூக்கையறுத்து ரணத்தை கொடுத்த
நெடிலானவன் என் இனத்தை உறுப்பு சிதைத்து அமிலத்தில்
அமுத்தி குப்பியை குறிநுழைத்து
கூட்டமாய் புணர்ந்து எரித்தே கொலைவித்த பாதகர்களுக்கு
எந்தவொரு போரும் நிகழ்த்தவில்லைய்யே.

காபந்து அரசால் கூட்டங்களாய் தப்பித்தே
தவறிழைக்கும் சில ராட்சதர்களின் உறுப்புகளை
வெட்ட லட்சுமணர்கள் இல்லைய்யா....

“நாங்கள் வீழ்வோமென்று நினைத்தீர்களோ”
மறுபடியும் உயிர்ப்போம், நெகிழி அறுவைக்கு தயாராகி...

பார்த்துக்கொண்டே இருக்கிறார்கள்
அழகான சூர்ப்பனகைகள் வழியும் குருதியை
துடைக்காது தத்தமது ஆடியில்
மேலும் அழகை கூட்டிக்கொண்டே...

(ஆடி–கண்ணாடி)(தசமுகன்–இராவணன்)(காபந்து–காக்கும்)
(ஐதராகிரம்– பாதரசம்)

•

அம்மூகள்

பொன்னிக்குட்டிகள் அப்பாவிடம்
ஒரு முறை கூட நடிப்பதற்கு
கோவிப்பதேயில்லை..

அப்பாக்களும் பொன்னிக்குட்டிகளிடம்
ஒருமுறைகூட நடிப்பதற்கு
அடம்பிடிப்பதேயில்லை..

•

மருதாணி

உந்தன் மகிழம் பூக்களைச் சுமந்தே என்னை
அழகாக்கிவிடுவதில் ஆகச் சிறந்த அதிசயம் நீ..

விட்டில் பூச்சியாய் உலாவியவளை
மின்மினிப்பூச்சியாய் மாற்றம்
செய்வித்த மாந்திரீகன் நீ...

கடலைப் பார்த்து குழந்தையாய்
குதூகலித்தவளை அலையாய் அள்ளி
ஆழ்முத்தை எடுக்கவைத்த ஆழி நீ..

தழும்பிய விழியின் ஈரமுத்துகளை
கன்னம் தீண்டாமல் உனதிதழ் வார்ப்புகளால்
வற்றச்செய்யும் நெடில் நீ..

மறுத்துவிட்ட போதிலும் மாறாத ஆதுரநேசங்களை
தூக்கித் திரியும் அசராத அன்பின் அசுரன் நீ..

நேற்றைய நினைவுகளால் எனதின் நினைவகங்களின்
நிறைந்து மலரும் எனக்காக மருதாணிப்பூ நீ....

●

கருக்கலின் படையல்

கருப்பட்டிய உடைச்சு
புண்ணாக்கோட சேர்த்துத்தின்னு
வயித்தக் கொல்லுற
பசிய குடும்பத்தோட அடக்கிப்புடுவான்
அய்யாச்சாமி

வராதமுலப்பாலச் சப்பி உறிஞ்சிப்புட்டு
ரத்தங் கசியயில
வாயெடுத்த சின்னுராசாவே
ஈரத்தோடயே வாரியணைச்சுக்குவா முக்கி
முனங்கிப்பெத்த செல்லாத்தா..

வறண்ட பொட்டக்காட்டுப் பொந்துல எப்போயாவது
வந்து போற எலிக்கு காடேக்கதியின்னு காத்துக்கிடந்தான்
மூத்தமகன் காத்தமுத்து

கோவணத்து கிழிசல்ல சிக்குன மானத்த மறைக்க
இந்த பருவமாச்சும் மழ வரனுமின்னு வேண்டாத சாமியில்ல

சுழட்டிப்போட்டக் காத்துல மண்வாசனை வர
மனசு ஆகாசத்துக்கும் பூமிக்கும் குதியாட்டம் போடுதிப்ப.

நின்ன கருக்கல் மேகத்துல மறைஞ்சிருந்த
காட்டுக்குருவிங்களாட்டம் "சடசட" ன்னு
கீழிறங்கி அங்கொன்னும் இங்கொன்னும்மா
தூரல் விழுக தவிச்சவாய்க்கு தண்ணியா
முச்சூடும் குடிச்சுப்புடுச்சு வெடிச்சநிலம்..

காத்துல அடிச்சுப்போன குடிசக்கீத்து வழியா ஈயப்பாத்திரத்துல
தாளம் தப்பி விழுந்துச்சு தூவானத்துச் சொட்டலு

உள்ளங்கையில்ல தோணித்தண்ணீய பிடிச்சு ஆசைதீரக்குடிச்சு
ரொம்ப நாளான தாகத்த தீர்த்துக்கிட்டோம்

இத்தனநாளு
எந்தக்காட்டுக்கு வனவாசம் போச்சோ தெரியல
ஓடிவந்து முழுசா புழுதி பூமிய நனைச்சுப்புட்டு
அழுத கன்னத்துல தடமா பதிஞ்சுபோன உப்புக்கறையையும்
அழிச்சுட்டுப்போவுது
கொட்டித்தீர்க்குற மாரிதாயி.

உச்சந்தலையில்ல இப்ப
சட்டீர் சட்டீருன்னு
அடிச்சுப்பெய்யுது மழ..
வேண்டுன நேர்த்திக்கடனுக்கு
பணிஞ்ச சாமிங்க
அத்தனை பேத்துக்கும்
ஆயுசுக்கும் தர்றோம் விளையுறபூமி
படையல் அத்தனையையும்...

●

இரைத்தாங்கி

மகனுக்காய் முந்தானையில் ஒளித்து
கட்டிவைத்த அஞ்சு ரூபாய் நோட்டுகளில்
கசங்கியே உள்ளது, அம்மாவின் பசித்த வயிற்றின் முகமூடி.

●

இளிச்சவாச்சி

வெட்கமே இல்லை..
பள்ளிக்கூடவாசல் பாட்டிக்கடையில் இனிப்பு
மாங்காய் வாங்கி நக்கிக்கொண்டே வீடு
வரைக்கும் நடந்தே சென்றது...

வெட்கமே இல்லை..
நாலுகோடு நோட்டிலும் மாடு
மூத்திரக் கையெழுத்துக்காய்
நூறு தோப்புக்கரணம் போட்டது...

வெட்கமே இல்லை...
மரத்தடி வகுப்பில் மண்ணைத் தோண்டி குழி
செய்து ஆங்கிலாசிரியரின் நாற்காலியை
தொபுக்கடீர் என சரியவிழவைத்து
மூங்கில் குச்சி பீய்ந்துப்போக அடிவாங்கியது.

வெட்கமே இல்லை....
எப்படா மணியடிக்கும் என சத்துணவு
முட்டை சாப்பிட சிட்டாகப் பறந்து சென்று
படிக்கட்டில் தடுமாறி பல்லு பெயர்ந்தது...

வெட்கமே இல்லை...
முட்டை மார்க்கு வாங்கினாலும் மூக்கு
விடைக்க பெருமையாய் மார்க்குசீட்டை
காலர் தூக்கி வாங்கிக் கொண்டதும்
அம்மா கையெழுத்தை அச்சுபிசகாமல்
போட்டுக்கொண்டதும்.

வெட்கமே இல்லை...
மூனாங்கிளாசில் மூக்குக்கு முத்தமிட்ட
கிருஷ்ணாவை வீட்டில் போட்டுக்கொடுத்து முதுகில்
டின் வாங்கவைத்ததும் அப்புறம் ஒளிந்து ஒளிந்து அவனையே
பார்த்ததும்.

அம்மாவின் அடுக்களைப் பல்லி
சத்யா மருதாணி

வெட்கமே இல்லை...
பாதியில் படிப்பை நிறுத்தி
வேலைக்குப்போனதும்
தாவணி போட அம்மாவின் சேலையை
இரண்டாய் கிழித்துப்போட்டதும்
அப்போதைக்கான பருவத்தின் காதலும்
ஆசையும் வராமல் போனதும்

வெட்கமே இல்லை...
இப்போது விடைதெறிந்தும்
விடியாத இரவாய் நாட்களை கடத்தும்
மறத்துப்போன வாழ்க்கையில் மறந்தும் போகாத
ஞாபகங்களை தாழிட்ட கதவிடுக்கில் அசைப்போடும்
இளிச்சவாச்சியாய் கொஞ்சம் கூட வெட்கம் இல்லாமல் இதை வரிகளாக்குவதும்.

●

பன்னீர்ப் பூக்களுக்கான அழைப்பு

ஓ...எந்தன் பீப்பீ பூக்களே..!
மீண்டும் உங்களுக்காகவேனும்
இரட்டை சடைப்போட்டு
முழங்கால் பாவாடை
சட்டையுமாய் புத்தகப்
பொதிச்சுமந்து என்னை மகிழ்வித்த
நம்மின் பள்ளிக்கூடம்
வருகிறேன்

மிதிவண்டிகளின்
கொட்டாரத்திற்காய்
வெட்டப்பட்ட நீங்கள் மறுபடியும்
எனக்காக உயிர்த்தெழுவீர்களா..!

●

வளர்த்த மசுரு

இன்னும் இந்தக் கால நல்லா தீய்க்கவே
இல்ல மயிலுன்னு சொன்ன புருசன பார்த்து
கடகடன்னு கண்ணுல தண்ணீய கொட்டிப்புட்டா மயிலாத்தா.

போனவாரம் ஊர்கவுண்டர் டிராக்டர்ல அடிப்பட்டு,
உசிரு போகாம கால்மட்டும் நசுங்கிப்போயி,
மாட்டு ஆஸ்பத்திரியில கட்டுப் போட்டு தூக்கிட்டு வந்து,
தினத்திக்கும் களிம்பு பூசி கட்டப்பிரிச்சி,
குதிச்சு ஓடவிட்டு அழகுப் பார்த்து,

இன்னிக்கு மஞ்சத்தண்ணி ஊத்தி சாமந்திபூ மாலைப்போட்டு,
முனியப்பனுக்கு பொங்கவச்சு நேந்துகிட்டத
நிறைவேத்திபுட்டு ஆட்டுக்குட்டி மணியோட
காலவெட்டி கருக்கச் சொன்ன புருசனுக்காக
ஒன்னுக்குரெண்டா அழுதுகிட்டே மயிரமட்டு
பொசுக்கி குடுத்தா மணிய மகனாட்டம் வளர்த்த மயிலாத்தா..

பிறத்தலின் மகிழ்வு
முதுகுத்தண்டு கடையோரமா இடுப்புல கொத்தா
நெருஞ்சியை சொருகுனாப்புல வலி சுரீர்ன்னு...
இன்னைக்கு பொழுதுக்குள்ளே ஆயிரும்...
அட்மிட் பன்னிருங்கன்னு டாக்டரம்மா சொன்னதும்
எனக்கு எப்படியாவது முக்கி பெத்துரன்னுமுன்னு
வைராக்கியம் வந்துருச்சு...

எப்புள்ள... வெளியே வர அவசரத்துல தடையாநிக்குற
பனிக்குடத்த எட்டி உதைக்க... புண்ணுக்குள்ளே கோடாரி
காம்பவிட்டுக் கிளறுனாப்பல உள்ளங்கால்ல இருந்து
உச்சிவரைக்கும் நோவு இழுத்துக்கிச்சு...

காலை ரெண்டையும் கட்டிப்போட்டு சோப்பு தண்ணிக்கரைச்சு
எனிமா கொடுக்க இருக்கிற நோவு அந்தவழியா மிச்சத்தை
வெளியேத்த...

அம்மாவின் அடுக்களைப் பல்லி
84

நர்சம்மா முக்கு புள்ள...நல்லா மூச்சை இழுத்து முக்குப்புள்ள...
வெரசா வரனேமுன்னா முக்குபுள்ள.. இல்லன்னா
இந்த டாக்டரு அறுத்து எடுத்துப்புடும்ன்னு சொன்னதும்...

கருப்புசாமிய நினைச்சுக்கிட்டு மூச்சை நல்லா உள்வாங்கி
முக்கி விட்டேன்...அப்பவும் புள்ள பாதில நிக்க...
டாக்கரம்மா போர்செப்ஸ்ன்னு சொல்லி நர்ஸ் கிட்ட கை நீட்ட..

நெய் பானை வாய் அகல இடுக்கிய உயிர் நிலையில்
நுழைச்சு விரிச்சுவைச்சு பிளேடால ஆசானகுழாமுட்டும்
கிழிச்சுவிட்டதுல நோவு உச்சந்தலைக்கு போயி அம்மா... ன்னு...
கதற நாக்குல துளிகூட ஈரமில்லாம வத்திப்போச்சு..
நல்லா முக்கும்மா.. முக்கு.. முக்கு... சொன்னதும்....

கருப்பண்ணசாமி நினைச்சு மூச்சை விட்டேன்...
நடுவுல தொடையில வழுக்கிட்டு புள்ள விழுக....
பெரிய மூச்சு காத்த வாங்கி அரை மயக்கத்தில் கிடந்தே...

டாக்டரம்மா.. கிழிச்சு விட்ட உயிர்நிலைய மரத்துதூசிபோடாமே
இழுத்து வச்சு கீழ்தூவாரம் வரைக்கும் தையலப்போட.
வலி ஆகாசத்துக்கும் பூமிக்கும் குதியா குதிச்சுது..

இத்தன வலியும் எம்புள்ள மூஞ்சிய பார்த்ததும்
காணாம போன அதிசயமா எம்புள்ள பசிய தீர்க்கணுமேங்குற
ஆயாசத்துல மடில போட்டு வராத முலபால பிதுக்கி எடுத்துக்கொடுக்க..
நா தின்ன இடுப்பு வலி புரவியேறிப்போச்சு...

பொட்டை புள்ளைங்களே உச்சில தூக்கி கொண்டாட வேண்டா...
உசிரு கொடுக்குற சீவன்களா மதியுங்க
மக்களா...

பெத்தவளுக்கு வயிறார சோறும் மனசார பாசமும் காமிங்க...
அது போதும் அவுகளுக்கு.

●

ஈன்றவன்

இறுக்கமான காலுறை அணிந்து கன்றிப்போன
பாதத்தடயங்கள் சொல்லாமல் சொன்னது..

சொரசொரப்பாய் கருத்த மேடுகள் நிறைந்த
உள்ளங்கைகள் சொல்லாமல் சொன்னது....

ரத்தச்சிவப்பாய் சிவந்து தூக்கத்திற்கு ஏங்கி தவிக்கும்
விழிகள் சொல்லாமல் சொன்னது...

அமருமிடத்தின் ரணமான மூலம் முற்றிலும்
சொல்லாமல் சொன்னது...

நாவிலிருந்து அடிவயிறு குடல் வெந்துபோய்
சொல்லாமல் சொன்னது..

ஆம்... இத்தனையும் ஈன்ற பொழுதில்
தன்மகவை சான்றோன் என கேட்க
சொல்லாமல் சொல்லிப்போயிற்று...

தந்தையின் வலிகள்யாவும் சொல்வதேயில்லை நம்மிடத்தில்...
சொல்லாமல் மட்டுமே சொல்கின்றன நேசங்களை.

சிடுசிடுத்த முகத்தில் ஒளித்து
வைத்து இருக்கிறார் மகிழ்ச்சியை தொலைத்து
நாம் மகிழ்வதற்கான மகிழ்ச்சியை....

உறங்கியபின் தலை வருடல் உறங்காத
பொக்கிசத்தின் உண்மையான நேசத்தை
உணர்ந்து பாருங்கள்..
உள்ளங்கையில் உலகை வைப்பார்....
மக்களைச் செதுக்கும் ஆன்மாவாய்....

●

இல்லாமை

சத்தம்போட்டு விற்றார் பூக்காரம்மா
முழம் பத்துரூபாய்யென..
மல்லிகை ஒற்றல் தேவைப்படாத
வற்றிப்போன முலைகளுடன்..

●

ஒற்றைச்சலங்கை

சலங்கைகளில் கோத்து வைக்கிறேன்
நீ பறையடித்துப் போராடிய நம்மின்
காதலின் உறைந்த சிவப்பை நீர்த்துப்போகாத
சாதியின் சாதியொழிப்புக்கான
ஆட்டத்திற்காய்...

●

கை கழுவிய காலம்

கள்ளிப்பழத்தை பொத்தலான பாவாடையில் ஒளித்து
தூக்கணாங்குருவி கூடுகள் நிறைந்த மரத்தினடியே
நாக்குச் சிவக்க சுவைத்து கொற்றவையாய் நடித்த
நினைவு மட்டும் நிழலாடுகிறது வெறுமையாய்

பண்டிகைகளுக்காய் வீட்டுக்கூடத்தில் பலகாரம் சுட..
குவிந்த முறுக்குகளாய் கைக்கோத்த சொந்தங்களின்
மகிழ்ச்சி நெகிழிக்குடுவை இனிப்புகளுக்காய் கடைவீதிகளில்
கூட்டமாய்த் தொலைந்த உறவுகளில் செயற்கையாய்
புன்னகைக்கிறது

விளக்கேற்றிய பொழுதுகளில் ஈசல்பொறியும் கருப்பட்டிக் காப்பியும்
விரலிமஞ்சள் வாசக்கரங்கள் கரைத்த கேப்பைக்கூழும்
கருவாட்டுத்தொக்கும் உண்டதின் நினைவுகள் தூதுவளை
ரசத்தில் கரைந்த சளியாய் கரைந்தேவிட்டது

கண்ணாமூச்சிக்காய் ஒளிந்த மரங்களின் வெட்டிய ஆரங்களில்
செரிக்காத பதார்த்தங்களை புசிக்கிறார்கள்
சம்மணமிடாத கணினிக்காரர்கள்

விதைத்து விளைத்து
புடைத்து ருசித்த
சோற்றில்
மறந்தே உண்கிறோம் மெதுவாய் கொல்லும் விசங்களை

ரூபாய்தாள்களை மாற்ற நீச்சலடித்த கூட்டம்
இன்றைய சமூகவிலகலில் எதிர் நீச்சலடிக்கிறது

பழுத்த தொண்ணூறுகளின் இறப்புகளை அறியாத
இளசுகளின் முடிவுரைகள் அமரர் ஊர்திகளில்
வேகமாய் எழுதப்படுகிறது
சர்வதேச தொற்றென்று

தொடுதிரை தொட்டே தொடாத
உறவுகளின்
மனத்திரை தொட்டே புரிதலாக்கியது காலம்
கைகழுவிய காலமாய் மண்ணில் புதைந்து.

•

கெக்கபெக்கே

சுரக்குடுவைக்கட்டி கிணற்றில் தொபுகடீர்ன்னு
விழுந்து முட்டிப்பேந்த வடு எள்ளி நகையாடுகிறது..
அடிபம்பில் அடித்து குளிக்கும் சோகத்தை..

•

பிரியத்தின் அழுக்கு

முகமெல்லாம் பூரிப்பாக சேற்றில்
விழுந்த நாய்க்குட்டியை
துவட்டிவிட்டாள் பொன்னிக்குட்டி ,
தன் பாவாடையை அழுக்காக்கிக்கொண்டே..

●

கண்ணாமூச்சி

ஓடிப்போய் கதவிடுக்கில் ஒளிந்துக்கொண்டு
பொம்மையின் வாயையும் "உஷ் " என்று மூடுகிறாள்
அப்பாவின் ஸ்கூட்டர் சத்தம்
கேட்டதும் பொன்னிக்குட்டி...

●

மஞ்சள்பலூன் சேப்பு சட்ட

பிஞ்சுகளின் கனவுகள் எப்போதும் வண்ணங்களால்
மட்டுமே நிறைந்துள்ளன அவர்களைப் போன்றே
அவர்களுக்கு பிடித்த பட்டாம்பூச்சியின்
நிறங்களைப்போன்றே....

●

குறும்பின் மணம்

கமர் கட்டு எங்கே எனக் கேட்டதற்கு அவசரம்
அவசரமாக மென்று முழுங்கி தன் ஆரஞ்சு
வாயை " ஆ" வென காட்டி

"காணோம் வேனுமின்னா மோந்துப் பார்த்துக்கோ"

என்கிறாள் அந்த பஞ்சு மிட்டாய் கன்ன பொன்னிக்குட்டி...

●

மருதாணிப்பச்சை

கடைசிப் படியில் காலும்
முதலாம் படியில் தலைவைத்துக் கைகளை
அகலவிரித்து எனக்கு பிடித்த மேகத்தை கட்டி
அணைப்பவளாய் அந்த நள்ளிரவில் வசித்திருந்தேன்...

நட்சத்திரங்கள் அதிகமாய் மினுக்காமல்
அங்கொன்றும் இங்கொன்றுமாகச் சிதறியிருக்க

வானத்தில் பொதிபஞ்சாய்
வெள்ளாவியில் வெளுத்த முகில்கள்
கொஞ்சின

ஏ... எந்தன் பட்டாம்பூச்சிப்பெண்ணே
இங்கே வந்து உறங்கிக்கொள்ளேன்
உனக்குப் பிடித்த மருதாணிப்பூவையும்
பீப்பீ பூக்களையும் பறித்து எந்தன்
வெண்முதுகில் மெத்தை விரிக்கிறேன் என்று..

ஆனால் அதற்கு தெரியாது
எனக்கான பொதிபஞ்சு
காற்றுவழி
பயணமாகி தொலைதூரத்தில்
முத்தமிடும் விண்மீனின்
உள்ளங்கையென்று

•

அணைப்பின் பிணைப்பு

கதைக்கேட்டே தூங்கிப்போனாள்
பொன்னிக்குட்டியின்
அணைப்பில் இருந்த பார்பி அழகியும்
ஆர்வமாய் ம் ம்ம்.. ம்ம்..என ஊம்...கொட்டிவிட்டு...

●

கெஞ்சல்

ஏ..பட்டாம்பூச்சி..!
எங்கிருந்து கடன்
வாங்கினாய் இப்படியோர்
மயக்கும் நிறமிகளை

ஒரு சிட்டிகை ஊற்றிவிடேன்
என்னின்
திமிருபோர்த்திய
தேகத்தில்

●

'திரை' யாடல்

கடற்கரை காற்று வாங்கிகள் கனத்துப்போன
அகத்தின் அழுக்குகளையும் மனதின்
மௌனங்களையும் கொட்டிவிட்டு பட்டாம்பூச்சிகளாய்
செல்வதாலோ என்னவோ கடல் உறங்காமல்
அவர்களின் கதைகளை ஓயாமல்
பேசி அலைந்தே திரிகிறதோ..!

●

இரைத்தாங்கி

●
என் அம்மா வைக்கும்
கருவாட்டுக்குழம்பில்
துள்ளுகின்றன
வாயில் உமிழ்நீர்
●
நான் வரும் ஆட்டோ சத்தம் அம்மாவிற்கு
மட்டுமே கேட்கிறது...
ஹியரிங் எய்டு இல்லாமலேயே...
●
அம்மாவீட்டு ஓட்டு உடைசலில்
பார்த்த அதே நிலா என் திண்ணை
முற்றத்தில் கதை சொல்கிறது..
●
வழக்கம் போலவே உருண்டை
சோற்றில் அம்மாவின் ரேகைகள்
அழுத்தமாகவே பதிந்துவிட்டன..
பற்றாக்குறை..
●
துவட்டிய ஈரம் காயவேயில்லை
கொட்டிக்கொட்டி ஏழு கழுதை வயசாச்சுன்னு
தலையை அலசிவிட்டது
●
தலை பின்னும் அம்மாவின்
ஆட்டலில் இயற்பியல் மொழி
ஊசலாட்டம்
●
காப்பி அடித்ததில் மார்க்சீட்டில் அம்மாவின்
கையெழுத்து முதுகில் டின் கட்டியது
●
விடுப்பு முடிந்து கடைசியாய் புகுந்த
வீடு திரும்பும் போது இதை எடுக்க மறந்துட்ட பாரு
என ஓடிவந்து கையில் செருகிச்செல்லும் ரூபாய்
நோட்டுகளில் அம்மாவின் பிபி மாத்திரை வாசம் இல்லை..

அம்மாவின் அடுக்களைப் பல்லி
சத்யா மருதாணி

●
எனக்காகவே காத்திருக்கும் பழுதான
சாமான்களில் படிந்திருந்தது நீ வந்தா
சரிபன்னுவேன்னு வச்சுருந்தேனில்
என்னை வரவைக்கும் உத்தி
●
விரைத்துப் போனது
நான் வளர்த்த நாய்க்குட்டியும்
கண்ணாடிப் பெட்டியில் இருந்த
அம்மாவை போலவே...
●
நான் ரசித்த முதல்
கதைச்சொல்லி அம்மா...
அது கதையல்ல நிஜம்
●
சேலை முழுவதும்
உதிராமல் இருக்கிறது
அம்மா போட்ட எம்பிராய்டரி
ரோஜாக்களும் அதில் அம்மாவின் வாசமும்
●
எனக்கு சோறு இருக்கிறது என்றே
முழுங்கிக்கொள்வார் அம்மா..
பசியை
●
அம்மாவின் வீணையைத் துருபிடிக்க
விடமாட்டேன் என்று வாயார மொழிந்தாலும்
வாசிக்கவேயில்லை ரேகைகளை மட்டும்
●
கனவுகள் நீள்கின்றன அதில்
அம்மாவுடன் கைப்பிடித்து பயணித்த
பாதைகளில் முள்ளில்லா ரோஜாக்கள
●
அம்மா போடும் கோலம் மட்டுமே
அச்சாய் இருக்கிறது மனதில்
●
அம்மாவின் அந்தக்கால காதலின் வாசம்
புரிந்தது எனதின் நாற்பதில்..
●

முத்தவரிகள்

•

அவசரமாக ஆனாலும் அழுத்தமாகவே பதிந்துவிட்டது,
வயிற்றைப்பிடித்துக் கொண்டு பிரவச அறைக்கு செல்லுமுன் மாமன் கொடுத்த முத்தம்

•

அப்பாவின் கொஞ்சலின் உச்சம் எனக்கான நெற்றிமுத்தம்

•

இடம்பெயர்ந்த நேரங்களிலும் வெட்கப்படுகிறேன் மாமா,
உன்முதல் மூக்கு முத்தம்...

•

வேண்டும் என்றே சுற்றிக் கொண்டு போகிறேன்,
எப்போதும் அமர்ந்திருக்கும் அந்த பூக்கார பாட்டியின் பிச்சுக் கொடுக்கும் முத்தத்திற்காய்.

•

ஞாபக ஒற்றலில்
முத்தம் மட்டும் நீர்த்துப்போவதில்லை

•

காலாவதி ஆகாத மருந்து முத்தம்

•

விரைத்த உடலில் ஆழப்பதித்து முத்தமிட்டான்
உடற்கூறு சோதனைக்காய் வந்த காதலியின் பிணத்திற்கு கையில் கத்தியோடு.....
பிரேதப்பரிசோதனை தொழிலாளி

•

பேரன் விடைபெறும் முன் கொடுக்கும் முத்தங்களின் ஈரம் காய்வதேயில்லை..
மூதியோர் இல்லப் பாட்டிக்கு

•

விடைதெரியவில்லை
விளங்காத வாழ்க்கையில்
வீழ்த்தும் எந்தன் மகவின் முத்தம்...

•

விருந்தாளியாய் வந்துபோகும் மாமனுக்காய் சேர்த்து வைக்கிறேன் முத்தப்பிரியாணி

•

விடுதலை பெற்ற அனைவருக்கும் வாழ்த்துகள்
சிறை அதிகாரியின் அறிக்கையில் கைதிகளின் உறவுகள் முத்தங்களை அணிந்து கொள்ளப்போகிறார்கள்..

•

காட்சியில் தம்பி இப்பொழுதெல்லாம் தேடுவதேயில்லை நாணயம்...
பார்த்துவிட்டாவது போகட்டுமே
வரனே அமையாத அக்காஸ்[6]

•

அவசர சிகிச்சை
என்னின் மயக்கத்திற்கு
உந்தன் முத்தங்கள்

•

விளையாட்டில்
தோற்கும் போதெல்லாம் முத்தமிட்டுக் கொள்கின்றன குழந்தைகள்..

•

திகட்டாத பண்டம்...
குழந்தையின்
எச்சில் முத்தம்

•

விழிகள் விரிய முத்தம் இட்டாள் முந்தானை மொழிப்பேசி..
சேலை ஓவியம்

•

கனவில் மட்டுமே மொழிபெயர்ப்பு செய்கிறது...
முத்தமொழி

•

காதலின் முத்தம்
நீர்த்துப்போனது
விவாகரத்து தாளில்

•

உடைந்த இணைப்புகளின் ஒட்டி..
முத்தம்

•

கலைந்த படுக்கையில்
கலையாத முத்தங்கள்

உயிரை மீட்டது
சுவாசம் கொடுத்த
முத்தம்..
முதலுதவி சிகிச்சை

●

மளிகைக் கடையில் விற்பதில்லை
மனங்களின் கோவையில் பிறக்கிறது முத்தம்

●

வாரியிறைக்கிறேன்
வராத உனக்காய் தொலைபேசி முத்தங்கள்...
வெளிநாட்டு மாப்பிள்ளை

●

திணிக்கப்பட்ட இனாம்கள்

இரண்டாயிரத்து ஐநூறு இரண்டாம் நாளே
டாஸ்மாக்கில் விளையாடுகிறது.

திராட்சைகளோ போத்தல்களில் ரசமாக்கப்பட்டு
அங்கும் இங்கும் நடமாடிக் கொண்டிருக்கின்றன..

வெட்டாத கோந்தாலை கரும்பு சாதித்து விட்ட
திமிரின் நடை பழகுகிறது..

மந்திரியின் முந்திரி வடக்கே
பற்றிஎரியும் முதுகெலும்புகளில் வறுக்கப்படுகிறது..

ஏலங்களில் ஏழைகளின் சுயம் ஏலம் விடப்படுகிறது...

சக்கரையின்பாகு கொட்டப்படுகிறது பெயர்த்தெடுத்த
சாலைகளின் குழிகளில்..

அரிசிகளோ வரிசையில் அமைதியாய் காத்திருக்கின்றன
அவர்களின் அரசியலுக்கான வாய்க்கரிசியாய்....

●

கைக்குள் நிலவு

யாருமற்ற இரவில் நீ
மட்டும் என்னுடனேயே....

தூரத்தில் கேட்கும் புகைவண்டி ஒசை...
மயக்கும் மகரந்தம்.

உறைவிடம் தேடிய பறவைகளின்
கீரீச் சப்தங்கள் ஊடே உன்னை
மட்டுமே சிலாகிக்கிறேன்..

அதோ அம்புலிமாமா பார் ...
ஒருவாய் வாங்கிக்கோ...
அடுத்த வீட்டு அன்னையின் நச்சரிப்பு...

வான் நோக்கிஅகல விரித்த
கைகளை குறிக்குக்கொண்டெ
பார்க்கிறேன்..
அட கைக்குள் வந்தே விட்டாய்...!
வண்ணங்கள் அற்ற அழகனே...

உன் வெப்பம் கொள்ளாமல்
விட எத்தனிக்கிறேன்...
விடாமல் பிடித்துக்கொள்கிறது மனது

முத்தமிட நினைத்து ஏமாற்றப்பட்டேன்...
ஆம்.. கருமேகம் வில்லனாகி போனதடா...

தொலைவிடம் மீறிய போதும் விரல்பற்றிட
ஆசையேங்கும் இப்பேதையை என்ன செய்யப்போகிறாய்....

●

கருப்பின் வார்ப்புகள்

கொஞ்சம் வெளிச்சம் தாருங்கள்
நானும் வெளுத்துப் போகிறேன்.....

கொஞ்சம் புன்னகைத்து விடுங்கள்
நானும் நகைந்து கொள்கிறேன்...

கொஞ்சம் உபசரித்து விடுங்கள்
நானும் பசியாறிக்கொள்கிறேன்...

கொஞ்சம் மெதுவாய்க் கடிந்து பேசுங்கள்
நானும் முகம் மலர்கிறேன்..

கொஞ்சம் தீண்டிப் பாருங்கள்
நானும் ஒட்டாத சுவராய்க் காய்ந்திருக்கிறேன்..

கொஞ்சம் நேசங்களில் வழியுங்கள்
நானும் வழியக் காத்துக்கிடக்கிறேன்...

கொஞ்சம் மனதால் வண்ணம் தீட்டுங்கள்
நானும் கருப்பையின் நிறமாயிருக்கிறேன்..

கொஞ்சம் வெட்கித்து கொள்ளுங்கள்
நானும் உங்களைப் போல் மனிதமே..
"நிறத்தில் அன்பை இறைக்கும் வண்ணமாயும்"
"மனங்களை நேசிக்கும் இன்னபிறவாகவும்."..
பெண்ணடிமை நீங்க...

உனக்குள்ளே உன்னெதிரியாய் விதைக்கப்பட்ட
பெண்ணடிமை விலங்கை உடைத்துவிட்டுவா..

கண்ணே.! கனியமுதே..!! கயல்விழியே !!!
என்ற கொஞ்சல் வார்த்தைகளில் மதிமயங்காதே...

திமிராகவும் நிமிர்ந்தும் இருந்து விடு...
மனச்சிறை கம்பிகள் வலுவற்று உடைந்து போகட்டும்

அங்கம் தெரிய ஆடைகள் உடுத்துவதில்லை நம் உரிமை...
எட்டிப்பிடி இலக்கை..!
ஏட்டும்படி உயர்வை நிலைநாட்ட...!

கானல்நீராகும் உந்தன் நெடும்பயணங்களையும்
வாழ்வின் வெற்றிகளையும் விரைந்து தேடிப்போ..

ஆதிக்கவாதிகளின் ஆணவப்பேச்சுக்களை
சிந்தனை கோடாரியால் வெட்டியெறி..

யார் யாரோ உரிமைகளில் குரல் கொடுத்து
ஒருபோதும் வெற்றி கண்டதில்லை பெண் சுதந்திரம்

தனக்குத்தானே பற்றியெரியும் நெருப்புகளால் துளிர்விட்டு
எரியும் அச்சோதி.. அதுதான் பெண் சுதந்திரம்

உன்னைத் திறக்கும் திறவுகோல் உன்னிடமே உள்ளது
ஈரமான உன் கண்களை உலர்த்திக்கொள்...

உன்னை குதறத்துடிக்கும் காமன்களின் கூரியபற்களை
உன் பலத்தால் உடைத்தெறிய உறுதிகொள்

பெண்ணடிமை என்பது உனக்குள்ளே உன்னால்
போடப்பட்ட பாதுகாப்பு வளையமே..!

அதனை வெட்டியெரிந்து விட்டு வா...
வீறுகொண்டெழும்
சாம்பல் பறவையாய்..
பெண்ணடிமை நீங்க..

•

என் கவிதைகளை வாசித்த அனைவருக்கும்
எனதன்பின் நன்றி..
மகிழ்ந்திரு மனமே
வணக்கம்.

சத்யா மருதாணி
கோவை

2021	படைப்பு பதிப்பகம் வெளியீடுகள்
	1. கனவுப்பிரதிமை - விஜி வெங்கட் 2. பேச்சியம்மாளின் சோளக்காட்டு பொம்மை - கா.சோ.திருமாவளவன் 3. இசைக்கும் வயலினுக்கு குருதியின் நிறம் - வலங்கைமான் நூர்தீன் 4. நிழலின் வெளிச்சம் - கடையநல்லூர் பென்ஸி 5. WATER AND VIRTUAL WATER - G.Leela 6. சிவனாண்டி - ப.தனஞ்ஜெயன் 7. சாம்பல் மேட்டில் அமரும் வண்ணத்துப்பூச்சி - ஆரூர் தமிழ்நாடன் 8. செம்மண் - சிபி சரவணன் 9. ஊதா நிறக் கொண்டை ஊசி கதைகள் - கவிஜி 10. கானங்களின் மென்சிறை - ந.சிவநேசன் 11. பெருந்துணைத் தேறல் - கருவை ந.ஸ்டாலின் 12. ஒளி பூத்த குடில் - தஞ்சை விஜய் 13. பியானோவின் நறும்புகை - நிலாகண்ணன் 14. பிணக்காட்டு மரங்கள் - கோபிநாதன் பச்சையப்பன் 15. ஒளி பூத்த குடில் - தஞ்சை விஜய் 16. குருவிக்காக ஆடும் இலைகள் - கோபிநாதன் பச்சையப்பன் 17. நட்சத்திர பிச்சைக்காரன் - பிரான்சிஸ் கிருபா 18. ரகசியங்களின் புகைப்படம் - மா.காளிதாஸ் 19. காகிதத்தின் மூன்றாம் பக்கம் - மதுசூதன் 20. பாஷோ என் பக்கத்து வீட்டுக்காரர் - பிருந்தா சாரதி 21. விண்ணைச் சூடியாடும் இரு நீல வளையங்கள் - கார்த்திக் திலகன் 22. நீர்த் திமில்களில் மினுங்கும் வலி - யூமா வாசுகி 23. விழியல்ல விபத்துப்பகுதி - கோபிநாதன் பச்சையப்பன் 24. இயற்கையின் தீர்க்கதரிசிகள் - வில்லியம்ஸ் 25. அப்பத்தாவும் ஆண்ட்ராய்டு போனும் - அ.முத்துவிஜயன்

	படைப்பு பதிப்பகம் வெளியீடுகள்
2021	26. கருவறை சுவர்கள் - ப.தனஞ்செயன் 27. கடவுளின் பிரார்த்தனை - ப.தனஞ்செயன் 28. நிசப்தம் விழுங்கும் காடுகள் - ப.தனஞ்செயன் 29. அம்மாவின் அடுக்களைப் பல்லி - சத்யா மருதாணி 30. புதிய மாமிசம் - சந்துரு.ஆர்.சி 31. வரையாட்டின் குளம்படிகள் - கோ.லீலா 32. படித்துறை பித்தன் - துளசி வேந்தன் 33. நினைவும் புனைவும் - யாழினி ஆறுமுகம் 34. உயிர் நன்று சாதல் இனிது - கரிகாலன் 35. அகத்தொற்று - கரிகாலன் 36. திரையும் வாழ்வும் - கரிகாலன் 37. தெய்வத்திண்ட திர - கரிகாலன்
2020	1. இடரினும் தளரினும் - விக்ரமாதித்யன் 2. கன்னத்துப்பூச்சி - மணி சண்முகம் 3. நிறமி - ஆண்டன் பெனி 4. யமுனா என்றொரு வனம் - ஆண்டன் பெனி 5. காலநதி - ஆரூர் தமிழ்நாடன் 6. என்மனார் புலவர் - கரிகாலன் 7. தேநீரைக் கைதொழுதல் - மணி சண்முகம் 8. பெருஞ்சொல்லின் குடல் - மா.காளிதாஸ் 9. கவிதை அனுபவம் - இந்திரன் | வ.ஐ.ச.ஜெயபாலன் 10. புத்தனின் கடைசி முத்தம் - லக்ஷ்மி 11. நீந்தத் தெரியாத அய்யனார் குதிரை - வீ கதிரவன் 12. நோம் என் நெஞ்சே - கரிகாலன் 13. உதிர் நிழல் - கி.கவியரசன் 14. தனிமை நாட்கள் - பிரபுசங்கர் க 15. சிப்ஸ் உதிர் காலம் - கவிஜி

படைப்பு பதிப்பகம் வெளியீடுகள்

2020

16. மணிப்பயல் கவிதைகள் - மணி அமரன்
17. கார்முகி - கோபி சேகுவேரா
18. சைகைக் கூத்தன் - முகமது பாட்சா
19. பொய்மசியின் மிச்சம் - மதுசூதன்
20. ஆ காட்டு - மு.முபாரக்
21. முழு இரவின் கடைசித் துளி - ப.தனஞ்ஜெயன்
22. புத்தன் மீன் வளர்க்க ஆசைப்படுகிறான் - வழிப்போக்கன்
23. யாயும் ஞாயும் - ஜே.ஜே.அனிட்டா
24. THE LIBERATION SONG OF A WOMENS BODY - Dr.NaliniDevi
25. கெணத்து வெயிலு - காதலாரா
26. காலாதீதத்தின் சுழல் - ரத்னா வெங்கட்
27. பெண் பறவைகளின் மரம் - மதுரா (தேன்மொழி ராஜகோபால்)
28. நட்ட கல்லும் பேசுமோ - பிரேமபிரபா
29. நீ துளையிட்ட எனது புல்லாங்குழல் - ஜின்னா அஸ்மி
30. நான் உன்னுடைய துறவி - தி.கலையரசி
31. பழுத்த இலையின் அடுத்த நொடி - குமார் சேகரன்
32. நீளிடைக் கங்குல் - ராஜி வாஞ்சி
33. மைனாவை பேசச்சொல்லிக் கேட்பவர்கள் - ஜின்னா அஸ்மி (படைப்பு மின்னிதழ்களில் வந்த கவிதைகளின் தொகுப்பு)
34. 64 கட்டங்களில் தனித்திருக்கும் ராணி - ஷெண்பா
35. பச்சையம் என்பது பச்சை ரத்தம் - பிருந்தா சாரதி
36. ஏவாளின் பற்கள் - காயத்ரி ராஜசேகர்
37. உன் கிளையில் என் கூடு - கனகா பாலன்
38. கீரக்காரம்மா - முத்து விஜயன்
39. அக்கை - அழ ரஜினிகாந்தன்
40. அம்மே - சலீம் கான் (சகா)
41. ஹைக்கூ தூண்டிலில் ஜென் - கோ.லீலா
42. வாவ் சிக்னல் - ராம்பிரசாத்
43. புரவிக் காதலன் - 14 எழுத்தாளர்கள்
44. குடையற்றவனின் மழை - கா.அமீர்ஜான்
45. நெடுநல் இரவு - மௌனன் யாத்ரிகா

படைப்பு பதிப்பகம் வெளியீடுகள்

2019

1. நம் காலத்துக் கவிதை - விக்ரமாதித்யன்
2. ஆரிகாமி வனம் - முகமது பாட்சா
3. எறும்பு முட்டுது யானை சாயுது - கவிஜி
4. சொல் எனும் வெண்புறா - மதுரா (தேன்மொழி ராஜகோபால்)
5. யாவுமே உன் சாயல் - காயத்ரி ராஜசேகர்
6. நீர்ப்பறவையின் எதிரலைகள் - குமரேசன் கிருஷ்ணன்
7. பொலம்படை கலிமா - ஜோசப் ஜூலியஸ்
8. நீ பிடித்த திமிர் - அகதா
9. இசைதலின் திறவு - ஜானு இந்து
10. மறை நீர் - கோ. லீலா
11. தேநீர் கடைக்காரரின் திரவ ஓவியம் - பிரபு சங்கர். க
12. எரியும் மூங்கில் இசைக்கும் நெருப்பு - நடன. சந்திரமோகன்
13. வேர்த்திரள் - சலீம் கான் (சகா)
    (பரிசுப்போட்டிக்கு வந்த கவிதைகளின் தொகுப்பு)
14. வான்காவின் சுவர் - ஜின்னா அஸ்மி
    (படைப்பு மின்னிதழ்களில் வந்த கவிதைகளின் தொகுப்பு)
15. இருளும் ஒளியும் - பிருந்தா சாரதி

2018

1. நீர் வீதி - ஜின்னா அஸ்மி
   (படைப்பு மின்னிதழ்களில் வந்த கவிதைகளின் தொகுப்பு)
2. பாதங்களால் நிறையும் வீடு - ஜின்னா அஸ்மி
   (பரிசுப்போட்டிக்கு வந்த கவிதைகளின் தொகுப்பு)
3. உயிர்த்திசை - சலீம் கான் (சகா)
   (பரிசுப்போட்டிக்கு வந்த கவிதைகளின் தொகுப்பு)
4. வெட்கச் சலனம் - அகராதி
5. சிண்ட்ரெல்லாவின் தூரிகை - குறிஞ்சி நாடன்
6. அசோகவனம் செல்லும் கடைசி ரயில் - அகதா
7. என் தெருவில் வெஸ்ட் மினிஸ்டர் பாலம் - கோ. ஸ்ரீதரன்
8. அஞ்சல மவன் - கட்டாரி
9. கடவுள் மறந்த கடவுச்சொல் - ஜின்னா அஸ்மி
10. கை நழுவும் கண்ணாடிக் குடுவை - கவி விஜய்

2017

1. மௌனம் திறக்கும் கதவு - ஜின்னா அஸ்மி
   (படைப்பு மின்னிதழ்களில் வந்த கவிதைகளின் தொகுப்பு)
2. நதிக்கரை ஞாபகங்கள் - ஜின்னா அஸ்மி
   (பரிசுப்போட்டிக்கு வந்த கவிதைகளின் தொகுப்பு)
3. உடையாத நீர்க்குமிழி - ஜின்னா அஸ்மி
   (பரிசுப்போட்டிக்கு வந்த கவிதைகளின் தொகுப்பு)
4. இந்தப் பூமிக்கு வானம் வேறு - ஆண்டன் பெனி
5. நிலவு சிதறாத வெளி - காடன் (சுஜய் ரகு)
6. இலைக்கு உதிரும் நிலம் - முருகன். சுந்தரபாண்டியன்
7. நிசப்தங்களின் நாட்குறிப்பு - குமரேசன் கிருஷ்ணன்
8. நினைவிலிருந்து எரியும் மெழுகு - ஆனந்தி ராமகிருஷ்ணன்